DƯỚI TRỜI DẠ NGỌC

DƯỚI TRỜI DẠ NGỌC
Thơ ĐẶNG KIM CÔN

Bìa: Uyên Nguyên Trần Triết
Tranh bìa: Đinh Cường (Đốm Lửa)
Phụ bản: Đinh Cường, Tống Phước Cường,
Đặng Kim Côn, Bạn tù.
Nhạc: Trần Quang Lôc; Vũ Vĩnh Phúc; Vĩnh Điện
Dàn trang: Đỗ Huỳnh Đăng Ngọc
Nhân Ảnh xuất bản 2026

ĐẶNG KIM CÔN

Dưới Trời Dạ Ngọc

thơ

(Tái bản, hiệu đính và bổ sung)

Nhân Ảnh
2026

Em Không Qua Cầu Sáng Nay

Giả dụ sáng nay trời không mưa
(Hôm qua là chút nắng lưa thưa)
Ta đứng bên trong rào gai kẽm
Sao sông chỉ thấy một bên bờ

Hôm qua có tiếng bước qua đây
Bóng ngã theo tà áo gió lay
Không biết ta nhìn, sao bước vội?
(Ta thấy mắt em cười… mây bay)

Ta đợi em từng vạt nắng phai
Mỏi mòn Bàn Thạch cầu ngăn hai
Đồn ta thao thức canh đêm mộng
Bất chợt cơn mưa sáng… quá dài.

Là em không qua cầu sáng nay
Là nụ cười ai quên vén mây
Mưa dày hơn lớp rào gai kẽm
Lỡ như ngày mai còn mưa bay?

Bàn Thạch, Phú Yên Mùa thu 1974

MẮC MỚ

Mắc mớ gì nhận ra nhau sau cuộc bể dâu này,
không phải mũi tên xưa đã rơi theo hồng thủy?
lúc ta về thăm nơi đóng quân năm cũ
đôi mắt bên ngoài rào thép gai như còn lúng liếng đâu đây

Nếu lỡ ta không cố tình đón xe bên em đang ngồi may
làm sao nghe câu, thuở ấy có chi là xa lắm,
ánh mắt ấm giấu sau làn vải mỏng
cũng thế mà, em vẫn ngồi với anh nơi đây.

Dòng sông kia mùa đầy mùa cạn
nước đi, nước về, cây cầu nào hẹn,
mắc mớ gì trong đống tan hoang đồn xưa bên cầu
bỗng hiện lên em?

Tuy Hoà, Phú Yên Tháng 7-1978

Một Nhánh Sông Trôi

Sẽ bắt đầu những chiều thứ bảy
Ngõ vắng không, đâu bước anh về
Mắt mờ đục (như trời bên ấy?)
Trông ra đường chiều xuống lê thê.

Em sẽ ngồi chống tay mê mải
Nhìn ngược xuôi từng chuyến xe qua
Không chở nổi trái tim khắc khoải
Đã khóc đầy bóng tối đêm qua.

Sẽ bồi hồi vào ra, lên xuống
Thôi hiên xưa môi ai mắt ai cười
Bên căn gác đìu hiu trăng muộn
Em thẫn thờ trông ánh sao rơi.

Thôi đâu nữa hương cau gió thoảng
Trên môi xưa ngào ngạt trao tình
Trong mắt xưa đêm không mong sáng
Hạnh phúc hồng trên má long lanh.

Sẽ đêm đêm dưới trời dạ ngọc
Sân buồn thiu hắt bóng ngậm ngùi
Em lặng nhìn giòng sông nước đục
Tiễn qua hồn một nhánh sông trôi.

Mai một mình em qua cầu sớm
Thở hơi sông lành lạnh lòng em
Hỏi con nước theo giòng sông cuốn
Khi xa nguồn ai nhớ ai quên?

Tuy Hoà, Phú Yên Tháng 7-1978

VỌNG

(nhạc: Vọng, Vũ Vĩnh Phúc phổ)

Hãy cất cao cùng ta tiếng hát
Giữa tháng ngày đỏ máu Ki Tô
Giữa Đồi Sọ ngàn cân thập tự
Rộn tin mừng xuống Bethlehem xưa.

Ở nơi này vời trông nơi ấy
(Mắt em như ngời giữa trời cao)
Giữa rạng rỡ trái tim mùa vọng
Mơ thiên đường trong mấy lớp rào cao.

Cũng trái tim nhỏ bé nơi xa
Gởi về em đất trời mong đợi
Nghe yêu thương ngọt nồng bóng tối
Vọng tin mừng và vọng ngày mai.

Trại tù A30
Tuy Hòa, Phú Yên Tháng 12-1978

Vọng

Thơ : Đặng Kim Côn

Nhạc : Vũ Vĩnh Phúc

tay mở rộng yêu thương. Một ngôi sao trên trời rất
sáng, Đất yên vui mở lối thiên đường.
Hãy cất cao cùng ta tiếng hát Giữa tháng
ngày đỏ máu Ki - Tô, Hãy thắp lửa trái tim hy
vọng Đón Chúa Trời ngự xuống trần gian.

Giáng Sinh Lặng Lẽ

(nhạc: Giáng Sinh Lặng Lẽ,
Vũ Vĩnh Phúc; Vĩnh Điện phổ)

Giữa đêm này Chúa xuống lòng anh
Trong gian phòng lạnh lùng rất tối
Không tiếng hát, không đàn nhạc trỗi
Một mình anh nằm lặng cầu kinh.

Giữa đêm này một ngôi sao sáng
Dẫn anh về Jerusalem
Xin quì bên hang đá Bethlehem
Tôn vinh Chúa hài đồng xuống thế.

(Em đang về giáo đường dâng lễ
Có nguôi quên phút chốc, tình đau?
Đêm vô cùng, đêm xưa vẫn đó
Em vẫn quì như thuở bên nhau).

Em đang quỳ lẻ loi bên Chúa
Nhớ vô cùng Đêm Thánh năm xưa
Xin Ơn Cao xuống cùng nhân thế
Trong tường cao, ngời sáng giấc anh mơ

Giữa đêm này Chúa xuống trần gian
Trong tim anh rực rỡ thiên đàng
Sao em khóc giữa niềm mong đợi
Đón tin mừng, nước mắt có bình an?

Giữa đêm này hai đứa hai nơi
Dâng ước mơ nhỏ bé lên Người
Nguyện xin cho an bình nhân thế
Xin tiếng cười ngăn nước mắt rơi

Giữa đêm này hai đứa hai nơi
Nhưng có lẽ cùng chung lời nguyện
Cầu xin Cha ở với mọi người
Với em, với anh, với ngày mai đến.

Nơi anh ở, không lời chúc tụng
Nhưng tràn đầy ơn Chúa trong tim
Đất trời anh thời gian mờ mịt
Đã tới chưa em, giờ nửa đêm?

Trại tù A30
Tuy Hòa, Phú Yên 24-12-1978

GIÁNG SINH LẶNG LẼ

Thơ : Đặng Kim Côn
Nhạc : Vũ Vĩnh Phúc

quỳ bên tượng Chúa nhớ đêm vô cùng năm xưa.
Giữa đêm này Chúa xuống nhân gian, trong tim
anh rực rỡ thiên đàng. Sao em khóc giữa niềm mong
đợi? Đón tin mừng nước mắt có bình an? Giữa đêm
này hai đứa hai nơi dâng ước mơ nhỏ bé lên
Người Nguyện xin cho yên bình nhân thế, Luôn tràn
đầy ơn Chúa trong tim.

GIÁNG SINH LẶNG LẼ

Thơ : *Đặng Kim Côn*
Nhạc : *Vĩnh Diện*

đó. Em vẫn quỳ như thuở bên nhau). Giữa đêm nầy Chúa xuống trần
gian. Trong tim anh, thiên đàng rực rỡ. Sao em khóc giữa niềm mong
3
đợi. Đón tin mừng, nước mắt có bình an? Giữa đêm nầy hai đứa hai
3
nơi. Nhưng có lẽ cùng chung lời ước nguyện. Cúi xin Cha ở với mọi
người. Với anh với em, với ngày mai sẽ đến. Nơi anh
ở, không lời chúc tụng. Nhưng đầy ơn Chúa ở trong tim. Đất trời
anh, thời gian mờ mịt. Đã tới chưa em, giờ nửa đêm?

Mùa Xuân Thăm Nuôi

...Trên vàng nắng, dưới vàng hoa
Vườn xuân hàm tiếu ong ra bướm vào
Dưới tường cao, trên trời cao
Mắt ai đăm đắm bên rào thiết tha
Từng vòng gai kẽm nở hoa...

Trại tù A30
Tuy Hòa, Phú Yên Tết 1979

Thăm Nuôi

(nhạc "Thăm Nuôi", Vĩnh Điện phổ)

Anh đã nợ em
thời gian
hồn
xác
một nửa đời mất mát
một nửa đời nát tan
sao còn bắt anh vay một nửa đời còn lại?

Có khi sẽ không thấy anh về
Có khi vác luôn khối nợ đi về phía bên kia
Em không cần đòi nhưng lại buồn, lại khóc
Để anh nặng thêm nợ đời sau

Lau nước mắt
Nhìn rõ hình hài hôm nay
Nhớ rõ hôm nay,
Lỡ như có một ngày!

Em về đi
Tháng sau
Thôi đừng đến nữa

Trại tù A30
Tuy Hòa, Phú Yên Tháng 2-1979

THĂM NUÔI

Thơ : *Đặng Kim Côn*
Nhạc : *Vĩnh Điện*

DƯỚI TRỜI DẠ NGỌC

Bà Bích Ngọc, Phu nhân của Nhà thơ Đặng Kim Côn,
Người lưu giữ và chịu trách nhiệm xuất bản
Dưới Trời Dạ Ngọc tại Festival Biển Nha Trang
tháng 06/2011

Nhà văn Nguyễn Lệ Uyên

BI KHÚC CỦA KẺ LƯU ĐÀY

Võ Phiến nói: "Cầm bút là cầm bất hạnh" *. Trong trường hợp này, với Đặng Kim Côn thì thơ ca của ông là tiền đề cho những bất hạnh kia, hay chính những bất hạnh trong cuộc sống đã làm bật ra dòng thơ miết nỗi đau lên "kè đá", khi mà ông bị bắt lần thứ hai, với tội danh "nhen nhóm phản động và tổ chức ám sát cán bộ".

Hai lần đi tù cách nhau không xa. Lần trước vào tù không có bản án; lần sau là hành động khủng bố trắng trợn về mặt tinh thần và thể xác. Và, dẫu ngồi tù cách nào đi nữa thì tự do chỉ còn là chiếc bóng chập chờn ngoài song sắt, là sự tước đoạt mọi hành động và tư tưởng của con người! Ông đã gánh chịu thân phận của kẻ lưu đày trong nhiều ngày liền năm tháng.

Chênh vênh trong nỗi nhục nhằn, ông đã gượng dậy và bước tới, như Phùng Quán từng thú nhận trong những năm tháng đen tối nhất cuộc đời: "Có những phút xao lòng/ Tôi vịn câu thơ đứng dậy". Và, Đặng Kim Côn cũng thế, trong tù ngục, ông tự trấn an, vỗ về mình bằng chính những dồn nén, bật ra bằng ngôn ngữ thơ ca:

Cửa song còng sắt im lìm
Chân tê điếng duỗi theo niềm đau quay
Chén cơm lưng, độn ngô đầy
Muỗng canh đen mặn dỗ ngày nghẹn trôi

Ngục tù không phải là nơi tình cảm dạo chơi, mà là những quay quắt khôn cùng, khi phải chứng kiến nhiều cảnh huống đắng cay nhất: "*Nương dây trói đứng như say/ Bàng hoàng ngó những cổ tay bạn bè*"

Ông đã chứng kiến trọn vẹn tấn tuồng, và tự hỏi:

Tù không án sẽ bao lâu
Rừng thiêng, nước độc, về đâu đọa đày
Hồn ta tan tác khói mây
Tay ta đâu hỡi bàn tay tím bầm?

Trong một lần hiếm hoi duy nhất, được phép về thăm hai đứa con côi cút (vợ mất qua cơn bạo bệnh), ông đã gặp người thiếu nữ mang tên Bích Ngọc như một định mệnh được báo trước: Sau đó, vì đồng cảm cảnh ngộ cay đắng của nhau. Mối tình bất ngờ và đầy nước mắt ấy đã khiến ông không thể dằn giấu những cảm xúc ào ạt trào lên, tận đáy lòng. Họ yêu nhau. Yêu trong vòng lao lý. Yêu trong tiếng thơ nghẹn ngào, yêu, cánh bay những bi khúc lồ lộ những tang thương, trầm thống phận người cuộn xoáy trong vũng lầy tanh tưởi một thời vô thỉ vô chung.

Dạ Ngọc là một Bích Ngọc, như một nàng tiên nhân ái đã chia sẻ "gừng cay muối mặn" trong suốt những ngày ông bị giam giữ và một thời gian lâu sau này, là mối tình cất lên bằng giọng ca ai oán, có cả nụ cười và nước mắt, là cõi lòng hân hoan và tan nát, là hạnh phúc và đau đớn khôn cùng đan chéo nhau, được viết lén lút trong trại giam, khi năm câu khi ba câu; viết trên những vỏ thuốc lá, trên những khoảng trống của những tờ báo lem luốc lúc bấy giờ, đánh số, cất giấu và bí mật chuyển ra ngoài qua những lần được thăm nuôi của người thân những bạn tù và ngay chính người thiếu nữ, đẩy ông vào chốn thơ ca bi luỵ: kể lại câu chuyện tình giữa người đàn ông góa vợ có hai con thơ, đang trong trại tù với người thiếu nữ vừa bước qua tuổi hai mươi.

Nàng Bích Ngọc, trong tận đáy lòng ông đã biến thành Dạ Ngọc, là những bát trăng vàng dịu dàng ru ông từng đêm, ru ngày dài và tiếp liền tháng năm nhục nhằn!

32 năm qua đi kể từ khi ra khỏi trại giam, ông không hề nghĩ rằng những vỏ thuốc lá, những mẫu giấy ố màu chi chít chữ ông viết ngày nào, có thể còn tồn tại trên cõi đời này, chỉ vì trong nỗi khổ đau cùng cực, ông viết như một giải toả, như những uẩn ức oan khiên được ném ra ngoài, cho vơi nhẹ

chút nỗi đau. Ông không quên những gì mình đã viết ra trong hoàn cảnh ấy, nhưng chuyện những câu thơ kia vẫn hiển lộ trong khoảng thời gian dài đau khổ, là điều ông không hề mơ tưởng.

Chuyện không tưởng ấy, đến nay đã trở thành có thật, khi mà Bích Ngọc nâng niu, lưu giữ trong chiếc tráp gỗ như chị đã nâng niu mối tình đầu của mình với nhà thơ suốt từng ấy năm dài! Chị đã chấp nhận mọi trớ trêu cuộc tình, chỉ để giữ lại cho riêng mình những hình ảnh, những tháng ngày ngắn ngủi, ngọt ngào nhất, cay đắng nhất mà chị đã từng nếm trải, từng ấp ủ: Đó là 860 câu lục bát Dưới Trời Dạ Ngọc viết cho mối tình quá nhiều trắc trở, là 860 ánh trăng từ sơ huyền đến khuyết nguyệt.

Mảnh trăng Dạ Ngọc ấy, đã chiếm giữ hồn ông, ám ảnh ông từ một cái nhìn thảng thốt: *Trời Dạ Ngọc sáng long lanh...* long lanh đến trong vắt cuộc tình Mênh mông khắp dáng anh ngồi đợi xe.

Với ông, trong tập Dưới Trười Dạ Ngọc, thơ không còn là ẩn ngữ. Nó là cuộc tình khơi vơi, vắt chéo ánh trăng trải vàng tấm thảm trong lầu các nguy nga những rạo rực, say đắm, những khắc khoải chờ mong. Nó vừa lướt qua và quấn quít, trói chặt hồn người, đắm chìm vào cõi mộng, chen lẫn giữa hư và thực; giữa đọa đày và hương hoa quỳ thoang thoảng bên ngoài song sắt. Đó là những tâm tình nối giữa hai thế giới: Trong và Ngoài. Nó hiển hiện như những vì sao cô độc trong màn trời đêm khuya khoắt, lạnh ngắt "hơi đồng", buốt giá trái tim thoi thóp. Tất cả đều hiển lộ ra bên ngoài, từ dòng sông Trăng Bàn Thạch đến ngọn núi Chóp Chài cô đơn bên rìa cuộc lữ.

Dưới Trời Dạ Ngọc không chia khúc đoạn, mà là 860 ánh trăng đêm vàng trải khắp chốn nhân gian với những dằn xé tâm cảm đoạn trường: Hai đứa con thơ, tù đày, bàn tay ấp ấm nồng nàn che đỡ của Dạ Ngọc.

Mối tình như khúc Ly Tao, như tiếng chim Thư Cưu vang vọng từ đâu đó, xa lắc trong màn đêm.

"Tâm tình đã thổ lộ thì cuộc giao tình thắm thiết mở ra" * để bạn đọc có được bản gốc trên tay, sau 32 năm ủ kín trong miền ký ức.

NGUYỄN LỆ UYÊN

Lời tựa cho DTDN do NXB Thư Ấn Quán Hoa Kỳ xuất bản năm 2011.

(*) Võ Phiến, Cuối Cùng, Thế Kỷ 21, Hoa Kỳ, 2009

(*) Tuệ Sỹ, Tô Đông Pha Những phương Trời Viễn Mộng, Ca Dao, SG 1973

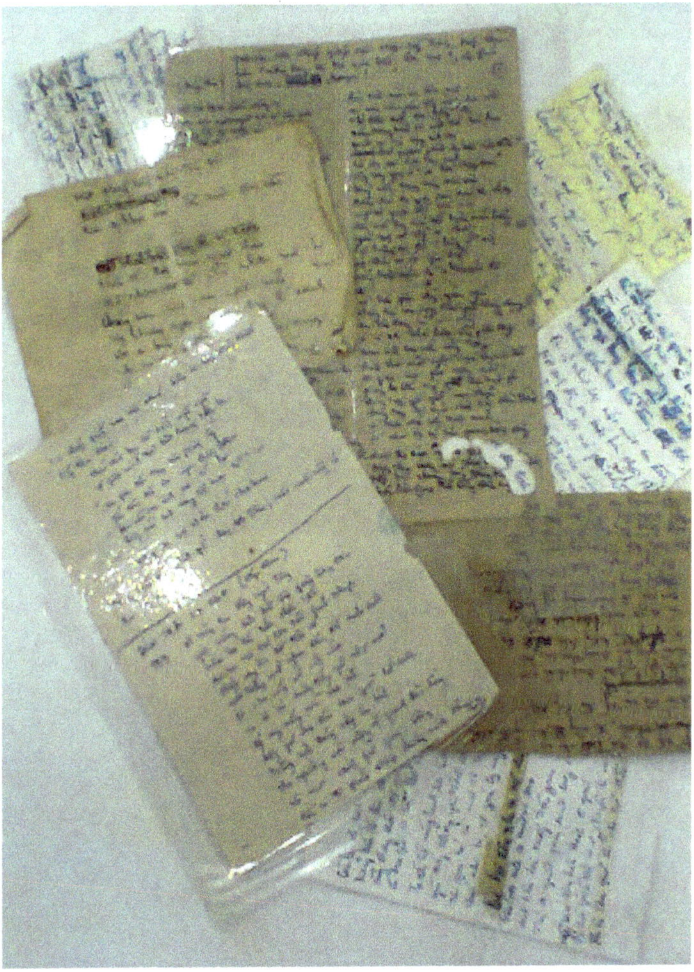

bản thảo

Biển dâu là chuyện đất trời
Lên voi xuống chó chuyện đời thực, mơ
Trăm năm một đám bụi mờ
Người trăm năm hỏi đâu bờ trăm năm?
Bao xưa đủ gọi xa xăm
Bao xôn xao đủ chút thầm lặng nhau
Đồn xưa, tiếng bước qua cầu
Còn canh cánh mộng ban đầu bên sông
Tình người về từ xa không
Ngọt bùi vừa thảng thốt cùng đắng cay
Xưa đi không kịp vẫy tay
Tình cờ nào để chiều nay bùi ngùi

*

Lối xưa chân bước bồi hồi
Dưng không trước mái hiên ngồi đợi xe
Ba năm ta chợt đâu về
Mắt kia, ai đã hẹn thề ai chưa?

*

Người về lạc giữa cơn mơ
Để trăm năm gọi đôi bờ chiêm bao
Người đâu đến giữa cơn đau
Xe qua quá khứ vẫy chào, thôi quên!
Thôi quên- thôi quên- thôi quên

Có chăng một thoáng êm đềm mong manh?
Sông miên man chảy về thành
Ơi chân cầu cũ còn xanh nước về
Mắt kia em có đợi chờ?
Ba năm thoắt chợt như vừa đâu đây.
Biệt ly nào hẹn sum vầy
Ai xui còn có một ngày bên nhau
Thắp tình giữa tiệc xôn xao
Bâng khuâng ánh mắt riêng trao lặng thầm
Một người mộng từ xa xăm
Một người tiền kiếp vẫn mong ai về
Tiếng ai hát giữa trăng khuya
Mắt ai trong cuộc vui kia còn gần
Bước ai nhẹ đến ngập ngừng
Dáng ai khuất giữa đêm dừng cuộc vui
Một dòng sông nhẹ trăng trôi
Tim ai khua mỗi lần xuôi qua cầu?
Tình ơi, con đường đi dâu?
Chờ nhau, ai có chờ nhau mà chờ!
Chàng về bên mộ người xưa
Xanh xao ngọn gió, thẫn thờ lệ xanh
Với ai lòng cũng hoài trinh
Với ai cũng khối u tình nặng mang
Dễ đâu phai chuyện đá vàng
Trăm tên lạ cũng là mang tên người
Hỏi xưa bao mảnh tình rời
Đã vung vải nửa cuộc đời mây bay

Vui buồn, thương nhớ, mê say
Cũng quen một nụ cười khuây với lòng

*

Nàng chiều chiều bên bờ sông
Tưởng người năm trước thương dòng nước trôi
Thôi thì như giấc mơ thôi
Hôm qua, một thoáng mây bồi hồi bay
Chắc chi mai có một ngày
Vầng trăng khuyết ấy lại đây ngày xưa
Thì thôi mặc lá vàng chưa
Xa xôi nhớ đã mơ hồ thương yêu

*

Ngược xuôi đời vẫn muôn chiều
Đành mai yên phận mái chèo sang ngang
Hạ xưa nắng chết bàng hoàng
Còn nhau chăng chút thu tàn tạ bay
Mỏi mòn ngóng hạt mưa gầy
Dáng xuân lẫn khuất cuối bầy én cao
Anh về! Anh đã về sao?
Ngập ngừng như mới hôm nào đợi xe
Vâng! Vâng! Anh đã trở về,
Mắt kia em có hẹn thề đâu chưa
Lặng lờ trong trái tim mơ
Cười se thắt giữa đôi bờ môi đau

Rưng rưng nước nghẹn chân cầu
Mộ người cỏ úa vàng màu nắng nghiêng

*

Bờ xưa ngập ánh mắt hiền
Dưới sông ai thả ước nguyền ngẩn ngơ
Nhạt nhòa khua mặt sông mưa
Mai đời riêng vẫn như chưa riêng đời
Trái tim nguyên vẹn trao người
Đêm đêm ngửa mặt dâng lời cầu xin

*

Một niềm tin gặp niềm tin,
Thuyền kia chị sớm bỏ tình trôi xa
Em về kết lại tim hoa
Giữa sông núi ngậm ngùi ta trở màu
Ba năm, ta lại bắt đầu
Ấm từng tiếng bước qua cầu sông mơ

*

Một trời hạnh phúc chăng tơ
Hoa cau ngan ngát bên bờ giậu xinh
Hương đêm trải mộng yên bình
Nỗi nào cho xiết nỗi tình bao năm

Từ em môi mắt âm thầm
Nhen trong lòng chút bâng khuâng đợi người
Từ anh cung kiếm theo đời
Muôn phương cõng gió về trời xây mơ
Giữa thinh lặng biết sao vừa
Nên xanh, xanh cả dòng xưa qua cầu.

*

Sông Bàn Thạch nước trong sâu
Còn in bóng thuở ban đầu xanh non
Bóng ai ngủ giữa tim son
Ba năm chợt dậy như còn hôm qua
Tang người còn nặng hồn ta
Dễ đâu vàng đá phôi pha một ngày
Đưa con ra mộ lòng cay
Lệ thơ ngây rụng xuống ngày xanh xao
Gọi tên một vẫy tay chào
Một thân bỏ phế trong hào quang xưa

*

Thay người, làm mẹ con thơ
Ba năm thầm lặng bây giờ chớm nhen
Bên sông lấp lánh sao hiền
Một trời dạ ngọc đưa thuyền sang xuân

Chèo xuôi mái nước về gần
Bến hoa em sửa soạn dâng tim hồng

*

Bão bùng đâu giữa thu không
Loanh quanh vườn lạnh một vòng khóc trăng
Ngọc xanh biêng biếc băn khoăn
Lời cha như xé vầng trăng hẹn thề
Hồn con từng mảnh mây chia
Bên song ngóng bóng trăng khuya cuối trời
Mẹ từ cõi ngoại xa chơi
Mình em quay quắt với đời áo cơm
Một tay dưới chợ, trên nương
Hơi không thở đủ cho buồn vơi đi
Từng lời cha dạy nghiêm uy
Từng năm từng tháng khắc ghi trong lòng
"Nếu còn giữ chút gia phong
Thương cha con nhớ chữ tòng tại gia
Có gì cũng chuyện trăng hoa
Quên nhau cũng chuyện người ta vẫn thường
Bỗng không mang ách giữa đường
Tội tình chi phải nuôi con nhà người
Hay chi cũng đã riêng đời
Yêu thương sao giữ vẹn mười cho ai"
Còn chưa biết nỗi ngày mai
Tàn quân loạn đảng, tù đày ai lo

Lời cha khép lại hẹn hò
Đêm ơi sao gió rung mờ hương cau

*

Buồn như sông lạnh đêm sâu
Rưng rưng dạ ngọc dàu dàu tóc thơm
Một lời nguyện sắt thề son
Ngoài anh, em sẽ chẳng còn yêu ai!
Tháng ngày đá nát vàng phai
Sắc hương kia dẫu một mai, cũng đành

Với thân sơ, với gia đình
Rằng trăm năm hứa giữ tình cho nhau.

*

Chàng về phòng vắng đêm thâu
Ôm con nghĩ chuyện trước sau não lòng
Em xưa trong cõi vô cùng
Có về bên khói hương nồng quặn bay?
Tình ai kia dẫu nồng say
Đành thôi nuốt nghẹn chua cay xuống đời
Lệ gieo mai gặt tiếng cười
Phong ba mấy cũng tới hồi bình yên
Còn chung tay giữ neo thuyền
May đâu mai mái chèo tiên về thành

Em về trên bến nước xanh
Cứ như chỉ thắm buộc quanh mộng vàng

*

Bên nhau dưới rặng tre làng
Tung tăng chân sáo bước nàng nhẹ reo
Nép tình dưới bóng trăng treo
Chuyện hôm qua đã lắng theo nụ cười
Yêu thương trong mắt rạng ngời
Niềm tin vun lại trên môi giạt dào
Bóng đêm mềm giữa trăng sao
Trăm cay đắng cũng ngọt ngào như mơ
Bạn bè nối nắng cùng mưa
Một lời cũng đủ cuối mùa đơm hoa
Bên lòng còn nặng lời cha
Còn kia vần vũ phong ba cuối trời
Có chăng cũng giọt lệ cười
Cầu Ô, xin tạ ơn người, bạn thân!
Giọt mừng rơi xống sông Ngân
Ngưu Lang, Chức Nữ đã gần nhau chưa?
Quả đu đủ đỏ đêm mờ
Ớt cay muối mặn đã vừa mặn cay
Anh về bên ấy mưa bay
Thương em màu mắt thu gầy nhớ thương
"Ví dầu anh có muôn phương
Tình anh em giữ trong buồng tim đau

Ví đâu anh có thiên thu
Em như tượng đá vọng phu trên ngàn"

*

Vì đâu chàng nhận niềm oan
Ai hay tiếng dữ càng loan xa gần
Lạy Cha chén đắng, xin vâng!
Ngỡ ngàng một sớm quan quân đến nhà
Lệnh giam vừa được ban ra
Đôi tay tội nghiệp đã tra vào còng

Đêm sâu, tranh Đặng Kim Côn (cắt dán)

Chưa vừa sao những long đong?
Một đời bụi cát bão giông cũng đời
Thương con đôi mắt mồ côi
Chiều chiều ra cửa khóc ngồi đợi cha

Sụt sùi từng chuyến xe qua
Xe vô tình mãi băng qua nỗi buồn
Mong từng đêm chút tình thương
Bàn tay, tiếng hát, nụ hôn đêm nào
Mẹ già thổn thức lệ đau,
Lệ con, lệ cháu, lệ dâu, lệ chồng
Quắt quay hai bàn tay không
Thân cò lặn lội bờ sông một mình
Vàng son thôi cũng tan tành
Tả tơi chiếc lá trên cành nắng sương
Sinh ly tử biệt vô thường
Miếng cơm manh áo trăm đường ngược xuôi
Còng lưng dưới bão giông đời
Cháu thơ, con dại giao trời đất trông
Kiến bò miệng chén không cùng
Biết đâu phía trước mà mong ơn lành
Bầy em thơ thiếu bóng anh
Đỏ ngầu đôi mắt lệ xanh tháng ngày
Đời xoay anh giữa vòng quay
Chưa vơi nước mắt đã đầy nỗi đau
Em nằm rưng rức đêm thâu
Trở trăn từng giọt mưa thu nát lòng
Chưa trầu rượu cũng rằng chồng
Gối chăn em nguyện xếp cùng thời gian
Bao nhiêu thế sự nhập nhàng
Đã như trái phá nổ tan hồn mềm
Mây vô tình vẫn trôi êm
Ai vô tình hát trong tim ngọt ngào

Vô tình giọt nắng vươn cao
Đời vô tình ngược xuôi vào mênh mông
Ta đi chân bước bềnh bồng
Cám ơn ánh mắt lạnh lùng quay đi
Sống là một chuỗi từ ly
Em ngồi khóc nhẫn cỏ thi ngoài đồng

*

Một đêm trăng vỡ bên song
Trăng đen, trăng tím, trăng hồng, trăng xanh
Trời dạ ngọc sáng long lanh
Thoắt đâu đổ ập bên mành sáo hoa
Gió đưa cành khế la đà
Một bông hoa rụng em da diết nhìn
Cành khô trơ trọi niềm tin
Thuở hoa em hái ai vin cành cười
Dòng sông mắt thẫn thờ trôi
Mênh mông khắp dáng anh ngồi đợi xe
Tình người đâu giữa truông tre
Hỏi tri âm có vừa nghe bão lòng?

*

Đồn xưa chờ ai bên sông
Nghe cuồng lưu dậy cuốn dòng sông xưa
Cầu như quên nối đôi bờ
Để từng dạ ngọc thẫn thờ giữa khuya

Chiều nay tin dữ đưa về
Mắt trừng mở nghẹn đầm đìa mưa xuôi
Sợ cha, cũng nói cũng cười
Ra, vô, lên, xuống, đứng, ngồi như mơ
Đắng cay mấy nữa cho vừa
Bây giờ cho đến bao giờ hỡi anh?
Truông xưa bóng rợp ân tình
Che nghiêng nón mộng về quanh dặm hồng
Rồi như cánh gió qua sông
Tiễn ai đi giữa chập chùng nước dâng

RU LỜI DẠ NGỌC

ST: Đậu Phi Hùng
Thơ: Đặng Kim Côn

mắt người trao người trao lặng thầm Một
người mộng ước trăm năm Một người trọn kiếp Một người trọn
kiếp chờ mong
1.
2.
mong

Lạy Cha, chén đắng xin vâng!
Lệ con có đủ tiệc mừng thế gian?

*

Thần tiên khóc mộng thiên đường
Hoa nghiêng giọt máu khô tàn cánh thu
Leo lên đỉnh nhớ mây mù
Hái hoa nắng gửi về màu mắt ai
Còn đâu hôm qua, ngày mai
Tường cao chất ngất, ngày dài lê thê
Xưa em ngõ vắng đi về
Trăng non e ấp hẹn thề mây bay
Tình ta lạ suốt cơn say
Rượu xưa ai uống cho đầy niềm riêng
Truông xưa, gót nhỏ ưu phiền
Đành như vỡ mảnh trăng nguyền đêm qua
Đợi chờ, đã chuyện vời xa
Khóc bao nhiêu lệ đủ pha đọa đày
Không, không! Song sắt chiều nay
Còn mơ hơi thở thơm say thuở tình
Cuộc người một khúc truông quanh
Tưởng như mơ ước đã thành ước mơ
Ôm song lay bóng trăng mờ
Này em yêu dấu ta vừa khóc sao?
Ô hay! Lệ vỡ đêm nào
Đã vừa thảng thốt tim trào qua tim

Ngày đêm, ngày đêm, ngày đêm
Trên kia dạ ngọc cũng mềm cõi xa
Phố xưa nào bỏ đèn hoa
Đường xưa nào lạnh lùng qua bão bùng
Rừng nào gió giật mưa rung
Sông nào mải miết đi không hẹn về
Nỗi nào mê tỉnh, tỉnh mê
Một thân em giữa trăm bề lo toan
Nửa đêm trở giấc bàng hoàng
Hồn ai ghềnh thác theo Bàn Thạch trôi
Âm u vách dựng bùi ngùi
Điệp trùng nhân ảnh đỉnh trời ùa bay
Lạnh lòng mẹ bấy heo may
Sớm khuya nhuộm mái tóc dày nắng sương
Rải buồn xuống bãi lên nương
Mầm ngơ ngác mọc giữa cuồng phong ta
Quặn lòng nhìn cháu xót xa
Cười lên con, đợi ngày cha con về

*

Đặc khô bóng tối hôn mê
Nghe hơi đất dậy bốn bề xốn xang
Nghìn con muỗi đói rộn ràng
Gió đâu đủ chiếc lá bàng nhỏ nhoi
Chỗ nằm đẫm nhẹp mồ hôi
Cũng trần thân với muỗi cười thâu đêm

Cửa song, còng sắt im lìm
Chân tê điếng duỗi theo niềm đau quay
Chén cơm lưng độn ngô đầy
Muỗng canh đen mặn dỗ ngày nghẹn trôi
Hiên xưa còn thoáng bóng người?
Cầu xưa còn ngọt tiếng cười tinh mơ?
Sân xưa còn bóng trăng chờ?
Cau xưa còn chuyển hương mùa hoa chao?
Gối xưa còn mộng mai sau?
Truông xưa còn bóng tre chào chân qua?
Xin thôi bão táp mưa sa
Cho từng dạ ngọc nở hoa sớm chiều
Nỗi nào quay quắt trông theo
Nỗi nào sương khói đìu hiu nẻo người
Anh trong phòng tối bồi hồi
Em bên cổng đứng rối bời nỗi đau
Thẫn thờ một thoáng mưa mau
Hôn con thơ nhớ sao màu mắt ai
Này con trong hàng rào gai
Có căn phòng nhỏ có người thân thương
Hằng mơ từng giọng nói con
Như ta thăm thẳm cuối đường mơ xuân
Cầm tay con đứng bâng khuâng
Biết không gặp cũng tần ngần đợi mong
Tường cao, cửa sắt lạnh lùng
Trong gang tấc đủ muôn trùng tái tê

Con mơ thấy mẹ con về?
Có ôm con giữa hôn mê nguyện cầu?
Có như ta mắt đỏ ngầu?
Thắp đêm rực sáng lời ru bùi ngùi
Hết giờ thăm, trở về thôi
Ô hay, sao mắt mặt trời đỏ hoe?

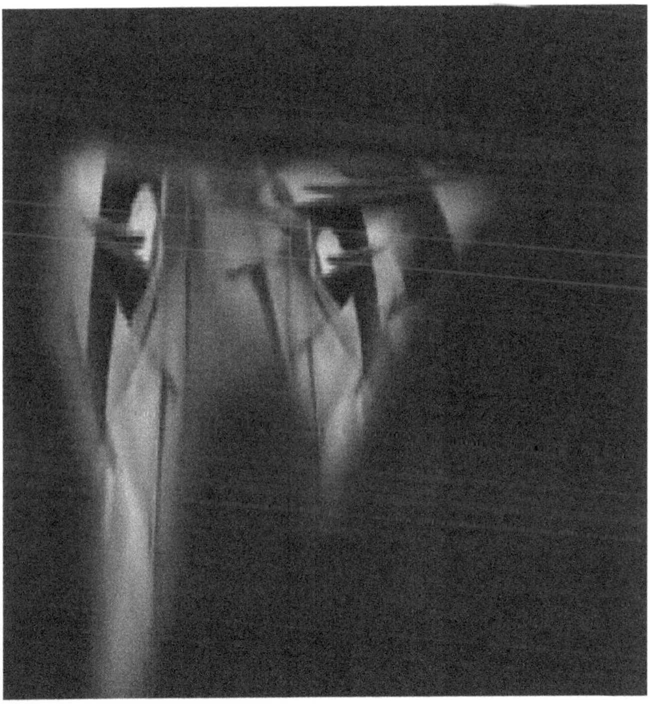

Ánh Mắt, Tống Phước Cường

*

Mờ trong mắt thơ tròn xoe
Ngọn đèn vàng võ lập lòe đăm chiêu

Khói trầm hương tỏa muôn chiều
Bên bàn thờ chị đìu hiu dáng ngồi
Qua hồn một nhánh sông trôi
Buồn vui chị đã một đời bình yên
Còn em ngày tháng ưu phiền
Sóng to gió cả con thuyền nhỏ nhoi
Giữa dòng bơi ngược chèo xuôi
Chị ơi! Níu hộ em đời hôm qua
Thương con không mẹ không cha
Thương chàng gồng gánh phong ba một mình
Tim xưa người sớm bỏ tình
Xin cho em sống với tinh thần người
Nhánh rong kia dẫu nổi trôi
Trăm năm cũng hẹn một nơi để về

*

Chỉ còn khối óc u mê
Lăn trong mộng dữ kéo lê theo đời
Ôm con điếng ngắt từng lời
Siết đôi tay giữ lệ rơi mặn lòng
Gửi con vào đến biệt phòng
Em ngoài cổng đợi bão trong tim mòn
"Đêm đêm ai ngủ bên con
Ngày ngày dõi mắt ra đường ngẩn ngơ?"
Nói gì với tuổi ngây thơ
Để em giữ hộ ta mùa xuân con

Trăm năm ví chẳng vuông tròn
Sông chia về biển hẹn còn mai sau
Ngoài kia, em đó, không nhau
Gửi con một nụ hôn sầu về em
Cửa song đóng lại im lìm
Con lùi ra cửa mắt chìm lệ câm
Tay nâng xích xiềng, trầm ngâm
Thà như chiếc lá rụng thầm trong mưa
Ơi thu đâu đã về chưa?
Mà cơn gió tới chuyển mùa băn khoăn
Chóp Chài nghe đá tảng lăn
Đời ta bóng núi nhọc nhằn đè cao
Nghẹn lòng hai bên tường cao
Chao ôi! Thương biết bao màu áo quen
Vẫn long lanh ánh mắt hiền
Như xưa anh đứng bên hiên ngại ngùng.

*

Giã từ một tháng biệt phòng
Đất trời chếnh choáng giữa lòng anh say
Lạ từng mưa, nắng, trăng, mây
Lo từng tiếng gọi mỗi ngày trước sân
Ngại từng han hỏi tình thân
Sợ từng mỗi tiếng khua chân ngoài phòng
Nhưng quen với nỗi chờ mong
Thương từng đêm ngủ giấc không tròn đầy

Nhớ từng kỉ niệm mê say
Đếm từng quá khứ dỗ ngày tháng quên
Lòng như cánh cổng mông mênh
Thật buồn em đến bên anh nghẹn lời
Nụ cười héo nhẹ trên môi
Suối ơi, đủ mát bên đời nhau chưa?
Chờ nhau dù đến bao giờ
Một con tim góa xin thờ tình anh
Mai ta quẩy mộng lên thành
Đem sông Bàn Thạch về quanh Chóp Chài
Ai nghe ai tiếng thở dài
Vẫy tay ai ngó theo ai thẫn thờ
Phù dung một đóa trong mơ
Em về dốc dựng hững hờ mưa trơn
Tình này anh xin chịu ơn
Dẫu mai kia có trăm đường mây chia

*

Ngồi chong mắt vọng ngoài kia
Giã chào nhau đã xa lìa nhau chưa
Lá cành lay lắt nắng mưa
Thác ghềnh nào biết, bến bờ ai hay
Mai kia gió cuốn lá bay
Cây khô còn vết sẹo vây cuộc đời
Có khi nhìn đôi tay xuôi
Hỏi quên hay nhớ một thời kiếm cung

Nghe tên mình đọc trước sân
Xin vâng, chén đắng này phần Cha ban!
Ra sân lặng lẽ xếp hàng
Khổ đau nén giữa hành trang chật đầy
Nương dây trói đứng như say
Bàng hoàng ngó những cổ tay bạn bè
Lên xe, lên xe, lên xe!
Một khoang trời nhỏ vừa se sắt lòng
Tiễn đưa không nét môi hồng
Không bàn tay vẫy không dòng lệ rưng
Lỡ mai ta chết trong rừng
Em làm sao được khóc từng đêm thâu
Mai ai ghé lại bên cầu
Đồn xưa cúi mặt riêng sầu cho ai
Nẻo về nắng sớm mưa mai
Thư đôi dòng có đủ dài đợi mong?
Vui, em cứ bước sang sông
Buồn, em cứ khóc đầy lòng nhớ thương
Xe nêm chật ních nỗi buồn
Đời lăn theo bánh xe tuôn mịt mù
Tù không án, sẽ bao lâu?
Rừng thiêng, nước độc về đâu đọa đày?
Hồn ta tan tác khói mây
Tay ta đâu hỡi bàn tay tím bầm
Mắt trừng vọng tới xa xăm
Bao nhiêu giọt lệ vô âm vỡ bờ!
Hôm qua khuất giữa bụi mờ
Quê hương hun hút sau bờ tre xanh

Lòng quay theo bánh xe nhanh
Biết đâu núi biếc rừng xanh mịt mùng
Tháng năm ai biết mà mong
Đã bao nhiêu chuyến đi không trở về
Đời còn ngập giữa u mê
Súng gươm ai trách hả hê máu người
Ta ngù ngờ thả lòng trôi
Có sao thì một cuộc đời cũng qua
Gửi ngày mai lại quê nhà
Để hôm qua trói cùng ta lưu đày
Dựng đời, đâu những bàn tay?
Đường xưa còn có một ngày hay không?

*

Em ngồi xõa tóc bên song
Nghe từng dạ ngọc trên dòng sông đêm
Mưa rung nỗi nhớ ngoài hiên
Mưa cau môi lạnh, mưa mềm tim đau
Mưa che khuất tháng ngày nhau
Mưa lay núi thẳm rừng sâu gọi người
Ai gom bóng tối xây đời
Để còn xám ngoét một trời mưa tuôn
Ai xây ảo vọng thiên đường
Để nhân thế lấy yêu thương làm thù
Trăm năm xương máu còn đau
Ngàn năm bia đá còn cau mặt buồn

*

Này sông suối, này núi non
Ở đây trời đất cũng dường quen thân
Khi xe chợt lạnh lùng dừng
Mặt trời như rụng trên lưng cuộc đời
Một con ngựa quỵ bên đồi
Dăm con ngựa đứng bồi hồi cỏ xanh
Ngậm ngùi giấc mộng thanh bình
Phút giây bãi biển đã thành nương dâu
Một bầy ngựa ốm trong tàu
Oằn lưng dưới những nát nhàu dọc ngang
Một con ngựa khuất trên ngàn
Một con ngựa vọng cuối đường bâng khuâng
Hóng từng gió núi mưa rừng
Xót từng dạ ngọc mặn vầng trăng quay
Một nơi không có tháng ngày
Xin vâng, mấy kiếp đọa đày cũng vâng!
Xa đâu từng giọt chuông ngân
Giáo đường như dạ ngọc từng giọt rơi
Rừng ơi ta trở lại người
Này xưa võng mắc giữa trời đong đưa
Này xưa dãi nắng dầm mưa
Bên con suối thở vật vờ chiêm bao
Ngỡ ngàng một cuộc ly tao
Đất trời, sông núi, trăng sao bềnh bồng
Buồn như một sớm mưa giông
Mịt mù lốc dậy xoáy từng đời quay

Đọa đày- lại đọa, lại đày
Ta ngù ngờ giữa vòng quay tội tình
Bồi hồi một nhánh sông xanh
Từ tim ta chảy về quanh tim người
Nhánh rong kia dẫu nổi trôi
Cũng xin hẹn với trùng khơi sẽ về
Mặc đời mê tỉnh, tỉnh mê
Trăm năm vẫn bóng trăng thề trong veo
Ba mươi, đời vội xanh rêu
Sương rơi quạnh quẽ bên đèo mây giăng
Một nơi ai cũng quen thân
Nắm tay người lại băn khoăn cho người
Yên cương giáp trụ một thời
Chỉ còn đắng ngắt nụ cười lãng quên
Non xưa sương khói mông mênh
Trái tim thở sóng bồng bềnh sông sâu

*

Qua cầu tìm dấu chân đau
Nghe tim ai đập dưới cầu xôn xao
Sông ơi, nước tới nơi nào?
Cho ta gửi ước mơ vào nhớ thương
Em ngồi ấm giữa tình con
Long lanh đáy mắt thiên đường ngây thơ
Về đâu dòng nước lặng lờ
Ơi con sông thức bơ vơ một mình

Hôn con, con nhoẻn môi xinh
Cười hồng giấc ngủ chưa lành nỗi đau
Mai con áo mới qua cầu
Bướm hoa rộn rã quanh bầu trời thơ
Áo chia ly, áo bơ vơ
Em may thương nhớ cho vừa nhớ thương
Bùi ngùi khẽ cúi hôn con
Nghe cay từng giọt buồn thương tội tình
Đường kim mũi chỉ ân tình
Khổ đau hạnh phúc đã đành phận riêng
Đôi tay rời rã ưu phiền
Nâng niu từng nỗi niềm riêng đợi chờ
Vui bằng ánh mắt con thơ
Buồn trong từng giấc ngủ thừa gối chăn
Tháng ngày vò võ mù giăng
Bâng khuâng trong mỗi nhọc nhằn nắng sương
Mẹ già tóc trắng muôn phương
Nhớ anh mẹ lại lo buồn đời em
"Trời mây hun hút cánh chim
Giữa dòng ai để con thuyền long đong"
Mặt trời đẫm lạnh bên song
Ôm con sóng nổi cõi lòng tái tê
Mỗi khi thăm mẹ, con, về
Buồn thương váng vất cơn mê ngậm ngùi
Về đâu mây Chóp Chài trôi
Nước Bàn Thạch vẫn êm xuôi một dòng
Đêm đêm đối ngọn đèn chong
Nghe trăng sao rụng xuống lòng lạnh căm

Nghe con sông khóc âm thầm
Nghe hoa ứa giọt sương câm muộn phiền
Mơ từng tiếng bước bên hiên
Chờ xuân trải nắng lên miền giá băng.

*

Ở đây cũng có vầng trăng
Lung linh nỗi nhớ giữa chăn chiếu rừng
Đêm e tiếng bước ngoài sân
Nửa khuya mở cửa... Là vâng, thôi rồi!
Nhập nhàng mộng mị bên trời
Nhoà trong dạ ngọc nửa trời héo hon
Còn đâu sông cạn, đá mòn
Hương thu ngây ngất quanh buồng hoa cau
Thôi rồi mưa ngọt môi nhau
Trăng xưa tắm dưới chân cầu bâng khuâng
Hắt hiu phố lạnh đèn hồng
Soi ai chiếc bóng chờ mong đổ dài
Đỏ ngầu sóng bủa hồn ai
Tóc xanh sớm rối trên vai guộc gầy
Mở hồn thả bóng tình bay
Cho thôi gió dữ cuốn mây khắp trời
Dang tay bơi giữa sóng đời
Dòng sông vật vã lở bồi lao đao
Qua sông, sông xót xa chào,
Băm từng nhát cuốc đất trào lệ đen

Đá mềm, núi ngã, đồi nghiêng
Thời gian in dấu tật nguyền xa xôi
Liêu xiêu muối gạo qua đồi
Khát khô từng chiếc lá bùi ngùi sương
Sau lưng nòng súng chờn vờn
Chậm chân, người bạn gửi hồn gió mây
Mai kia ai có một ngày
Mang về giùm giọt máu đày đọa sôi
Mồ hôi chảy vữa mặt trời
Chiều quên lặn bỏ tình người hoang vu
Tháng ngày hụt hẫng mộng du
Non xưa đá dựng ngục tù rêu xanh
Đồi Tây khắc khoải nỗi tình
Đồi Đông em đứng một mình lẻ loi
Trăm con suối đổ về xuôi
Ngàn đêm cũng một mặt trời rạng đông
Trăm năm còn trái tim hồng
Nghìn năm tượng đá còn bồng con thơ
Chai lì tim óc đặc khô
Nắng mưa nhẹ hẫng đôi bờ vai đau
Người về hút dấu trăng sao
Thân rưng rứt phố hồn lao đao rừng.

*

Thiết tha mơ tiếng chuông ngân
Khua trong lòng mỗi chiều dâng lời cầu

Em quỳ bên xác hoa cau
Chìm trong nỗi nhớ ai đâu sông xa
Xin nâng chàng dậy, thưa Cha
Con nghe ngựa cạn sức sa chân đèo
Em về cung Thánh buồn thiu
Phải thu đang chết theo chiều nay chăng?
Sớm nào còn chút mưa giăng
Cỏ hoa vời vợi buồn sân giáo đường
Cúi đầu đi dưới mây buông
Xin cho ngày ngắn giữa truông đen dài
Tóc Đông bù rối tình Đoài
Ngủ từng sợi lạnh trên vai đợi chờ
Áo tươm từng mảnh bơ vơ
Một màu đen trải xác xơ cuộc người
Đầu sông anh mất nụ cười
Cuối sông em lất lây đời cuồng quay
Gửi lòng theo gió mây say
Mộng đâu nửa giấc dỗ ngày nhớ thương
Lạ lùng nhan sắc trong gương
Hồn xanh nỗi nhớ bên tường rêu phong

*

Ở đây cũng có dòng sông
Nên chi chìm nổi long đong phận người
Cũng đành để mặc mưa rơi
Dập vùi ngọn cỏ tả tơi bên đường

Chiều về đỏ mắt tà dương
Buồn ai sông giục nước cuồn cuộn mau
Nhớ ai mây đứng trên cầu
Thương ai sợi nắng gục đầu trên cao
Môi thầm buồn ngọt ca dao
Bờ hoang giọt lệ chiêm bao vội đầy
Ngù ngờ dăm cánh chim bay
Mờ trong tưởng mộng một ngày trăm năm
Núi đồi mấy thuở tình thân
Hàng cây đổ rạp dưới chân vô hồn
Rựa xanh từng ánh thép buồn
Ngày hâm hấp ngộp giữa hồn tan hoang
Rừng ơi sao nắng không vàng
Cho ta gửi chút gió ngàn về xuôi
Cho dòng Bàn Thạch êm trôi
Cho vàng phất phới mùa vui Chóp Chài
Cho lòng người thôi chia hai
Cầu yêu thương nối tương lai liền bờ
Chiều đâu lặng ngắt bao giờ
Một khung cổng kín bốn bờ tường cao
Tả tơi chưa mảnh nhung bào
Xưa ra chiến địa nay vào lao lung.

*

Ở đây cũng có cánh rừng
Nên chi đời rợp dưới từng lá đau

Sách đèn thẹn với mai sau
Nửa đời xương máu còn đau nửa đời
Người về chưa kịp quen hơi
Chiếu chăn chưa ấm đã người thiên thu
Tang cha còn nặng trên đầu
Đoạn trường chi mộ bia đau tên người
Thôi thì thôi, cũng đành thôi
Đủ hay không lệ cho đời cũng dâng
Từ ta dăm bảy chặng rừng
Chặng rồng quẩy khúc mấy từng mây cao
Chặng tuôn máu đỏ chiến hào
Buông cương chiến mã vẫy chào núi sông
Rừng sâu cõng gạo thăm chồng
Đọa đày anh đã cạn dòng lệ em
Tù về dưới mái nhà quen
Mấy ngăn cách cũng đã liền tóc tơ
Giật mình như thật như mơ
Thiết tha biết mấy cho vừa mắt sâu
Cánh đồng chưa biếc tình nhau
Gió mưa đã vội phai màu lúa xanh
Môi đau hôn trái tim mình
Trăng ơi sao để hương Quỳnh về đâu?
Gối chăn lạnh những đêm sâu
Chiêm bao mắt cũng đỏ mầu biệt ly
Nhìn con thơ ngẩn ngơ quỳ
Lệ cay hay khói trầm nghi ngút lòng?
Tinh mơ một bóng ra đồng
Hoàng hôn một bóng về không nói cười

Dặm đời rong ruổi ngược xuôi
Thác ghềnh ta luống ngậm ngùi riêng ta
Chợt nồng nàn mắt ai xa
Thắm trong tim một bông hoa cuối mùa
Mắt kia em chẳng đợi chờ
Sao như ta đến mơ hồ trông mong
Tình còn nhen chửa kịp hồng
Lá âm u khép tình trong đọa đày
Rừng hoang rạp dưới luống cày
Thịt da ngày một dạn dày nắng sương
May còn tiếng hót chim muông
Cho ta dậy giữa nỗi buồn nhân sinh
Rưng rưng giọt sương trên cành
Chưa bình minh vội cựa mình trên cao
Ta tìm ta giữa chiêm bao
Vật vờ sợi khói xanh xao đầu ngày
Gọi từng nỗi nhớ quắt quay
Nghe từ viễn mộng bàn tay thẫn thờ
Trong se sắt bấc chuyển mùa
Đoạ khô tim óc vừa chưa hỡi Trời?
Đành lưng lửng củ khoai thôi
Kẻng đâu giục giã giữa trời âm u
Hồn ta cũng tối mịt mù
Nhìn quanh một đám bạn tù héo khô
Chuyền nhau điếu thuốc lặng lờ
Xếp hàng rựa cuốc dưới mưa bão bùng
Ở đây cũng có cánh đồng
Đủ cho đời ngập dưới lòng bùn sâu

Trời còn nắng dãi mưa dầu
Chở giông tố tới ngàn sau hẹn hò
Muôn màu mắt trộn âu lo
Ngày mai ai biết bao giờ ngày mai?

*

Bên rừng hoa nắng vàng phai
Bữa cơm trưa nghẹn ngô khoai không lời
Hồn khô giữa búp hoa cười
Nghe già cánh lá bồi hồi gió đưa
Giờ này phương ấy nắng mưa?
Đã dừng tay hái về chưa tim hồng?
Ở đâu đời cũng long đong
Ở đâu cũng kiếp khốn cùng, tối tăm
Lá xanh xanh đến trầm ngâm
Hoa tươi, tươi đến âm thầm không hương
Một bông hoa hé trong vườn
Có không ong bướm chập chờn bay quanh
Mai về đời dẫu vô tình
Xin vâng, bướm lượn, một mình xin vui
Dẫu sao cũng tạ ơn người
Cho ta còn giữ nụ cười hôm nay
Mai kia còn được chút này
May ra nguôi cảnh đoạ đày hẳn sâu
Vó câu gõ đáy vực sầu
Cỏ khô còn biết nhớ màu cỏ non

Máu xương chưa nguội sa trường
Từng cơn thống hận hồn còn trở trăn
Giấu lời đáy mắt băn khoăn
Như vô cùng đá cuội lăn bên đồi
Giữa rừng hoang đứng trông trời
Thương ta còm cõi thương người xanh xao
Độn cơm mấy giọt lệ trào
Thịt da mấy đủ nghẹn ngào mồ hôi
Ngọn rau đọt lá ngậm ngùi
Nồi canh nhái dế đầy vơi nỗi buồn
Ngùi về cố quận mù sương
Nửa thanh kiếm gãy nửa đường hoa rơi
Dấu chân dong ruổi một thời
Còn quay quắt giữa đất trời trông mong
Còn nồng ánh mắt non sông
Còn âm ỉ ngọn lửa hồng quan san
Lòng còn say mộng dọc ngang
Bút nghiên, cung kiếm bàng hoàng trên tay!
Quê hương đó, trái tim này
Đã tan tác nắng, đã dày dạn mưa
Mặc người được, mất, hơn, thua
Tội, công, tà, chính, hãy chờ sử xanh
Vận trời mệnh nước hiển linh
Không thân chiến bại cũng đành xuôi tay
Tháng ngày còn đất trời quay
Trong anh linh núi sông này còn thiêng

Đặng Kim Côn, bạn tù vẽ

*

Tiếng gà đâu vẳng bên hiên
Mùa đông trải giá băng lên ngựa gầy
Đã lâu trăng thiếp trong mây
Đã lâu ta bỏ tháng ngày âm u
Thôi em đừng hát! Nữ tù!
Giọng như xé giải khăn sầu nghĩa trang
Lời như con rắn địa đàng
Trong vuông cửa hắt hiu vàng bóng em
Thôi đừng đục giấc mơ thêm
Ngược xuôi cũng một trái tim chung đường

Da em đã bấy nắng sương
Còn cao, cao những bức tường cách ngăn
Sạm đen những búp tay măng
Run trên từng phím nguyệt băn khoăn lời
Kìa em tiếng quốc ngậm ngùi
Lẫn trong giọng hát tiếng cười vong thân
Hồn ai thoáng giọt nến rưng
Rừng đâu hôm bạc tóc rừng rạng đông
Sớm em lũ lượt ra đồng
Lạnh từng mụn vá, run từng đường kim
Hồn chong mắt đỏ đêm đêm
Mái tranh nhỏ chứa trăm niềm đau riêng
Đắng cay, khắc khoải, ưu phiền
Đã xâu xé mảnh trần duyên tội tình
Thương em lại xót phận mình
Vết thương chung nhói từng vinh nhục đời
Mai kia đất mở miệng cười
Dang tay ai trước bệ trời đón ai
Đêm thâu cánh cửa khóa ngoài
Bỏ bầy dạ ngọc lạc loài hiên không
Nhớ trăng thao thức bên song
Giữa hơi thở bấc lạnh lùng đêm sâu
Em trong cõi vắng xa mù
Dỗ con ngoan giấc đau sầu ngủ say
Một trời kỷ niệm ùa bay
Vừa vơi nỗi nhớ lại đầy niềm thương

Buồn cao hơn những bức tường
Nên chi trời đất cũng dường xót xa
Giá đêm nay được tách trà
Ước mơ hẳn bốc hơi qua dạ cầm
Qua sông xe pháo âm thầm
Cuộc cờ hay cuộc trăm năm bềnh bồng
Ai đưa tướng soái dời cung
Hưng vong sĩ tốt cùng chung cuộc cờ
Vó câu còn vỗ bên bờ
Yên cương, giáp trụ vẫn chờ ai qua
Giáo, gươm, chiêng, trống, cờ, hoa
Tưởng đang khua động một sa trường nào
Ta như biến giữa chiêm bao
Làm quân cờ thí thân vào tử sinh
Cho ta thắp ngọn trăng xanh
Ra sông Dịch đứng chờ Kinh Kha về
Nẻo hồn váng vất hôn mê
Ngựa xe đã lạc nước về cố hương
Đêm qua đêm, dỗ cơn buồn
Mỗi quân cờ mỗi buồn vương nặng lòng
Xin cho ta ánh mắt nồng
Sưởi khô giọt lệ chờ mong lưng trời
Cho em về tiễn mây trôi
Ru trăng nửa giấc mơ thời vàng son
Ơi người, đâu nụ xuân non
Trong vườn xanh thuở mây còn ngang vai

Để ta nghe nặng dấu hài
Bên song khe khẽ khua vài lá khô
Ngỡ ai về giữa cơn mơ
Long lanh dạ ngọc ướt bờ môi nhau
Từng cơn đau, tiếp cơn đau
Sốt hồng đôi má sạm màu nắng quen
Thở ran lồng ngực ưu phiền
Đời như chao lượn trăm miền đắng cay
Vật vờ nửa tỉnh nửa say
Hôn mê thiếp rã trong tay bạn tù
Nghe cung kiếm gọi thiên thu
Mũi tên hồ thỉ về đâu lời thề?
May còn chút tình bạn bè
Từng viên thuốc hiếm tỉnh, mê núi rừng
Lê đôi chân mỏi qua đồng
Cơn đau nhức đục dòng sông bùn lầy
Ân cần cháo, nước, bàn tay
Tình đồng cảnh ấm lên đầy giấc mơ

*

Xôn xao lòng nụ mùa xưa
Màu xuân rực rỡ bóng cờ gió reo
Đá vọng phu bước xuống đèo
Non cao vắng ngắt. Nàng theo chàng về.
Đêm tàn cõi mộng tái tê
Chơi vơi nửa mảnh trăng thề đợi mong

Rất xa, nửa mảnh bên song
Để ta soi tới nỗi truân chuyên người
Hồn kia thoát ngục, thôi rồi!
Rủ theo luôn cả mặt trời thiên di
Núi rừng từ thuở chia ly
Đã xa lạ bước chân đi về thành

Đánh thức Đồi Hoa, Đinh Cường

Nghe thân mục giữa bình minh
Còn nguyên bóng tối một hình hài khô
Ma ai đứng khóc cơ đồ
Ma ta bới nát nấm mồ tìm ta

Tìm ta chiếc bóng đồn xa
Bước chân rón rén hiên nhà quen quen
Tìm bên leo lét ngọn đèn
Đêm rung cơn sốt ngày men luống cày
Tinh mơ dựng mộng lên ngày
Căm căm mấy lớp rào dày hơi sương
Dày hơn ngày tháng không đường
Nén lòng từng ổ khóa buồng giam đêm
Cửa tù dậy sớm hơn chim
Bước trong ríu rít tình em trên ngàn.
Rã rời một giấc mơ hoang
Vịn ngàn năm đứng bên trang sử đời
Mặn từng máu, lệ, mồ hôi
Ngọt từng sông núi, đất trời, bể dâu

*

Mai ta về giữa thiên thu
Tìm nhau ngửa mặt gọi nhau cõi nào
Bềnh bồng mây xám lầu cao
Xốn xang trời thẳm thôi chào, thế thôi!
Khi ta không của ta rồi
Ở đâu cũng cuộc dạo chơi nhọc nhằn
Thiêm thiếp nắng, võ vàng trăng
Nhớ nhau khô bấc đèn băn khoăn, nhòa.

SOI TỪNG DẠ NGỌC

(Trích Trường thi "Dưới Trời Dạ Ngọc" của Đặng Kim Côn)

Thơ : *Đặng Kim Côn*
Nhạc : *Vĩnh Điện*

*

Mai em về núi đầy hoa,
Khói hương vời vợi trời xa đất gần
Tàn tro nguội chưa, bàn chân?
Soi từng dạ ngọc trong ngần, tìm nhau
Chân cầu trông con nước mau
Mưa trên hiên cũ đổi màu trời xanh
Phù vân vùn vụt qua mành
Nuốt khô giọt lệ vô thanh xuống lòng!

Trại tù A30 Tháng 3-1979
Tuy Hoà, Phú Yên

Nhà giáo, Thư pháp gia Đậu Phi Hùng

DƯỚI TRỜI DẠ NGỌC

Bạn đang cầm trong tay tập thơ ***"Dưới trời dạ ngọc"***, tập thơ lục bát rất đặc biệt, đặc biệt từ nguồn gốc ra đời cho đến đời sống riêng, cũng như sự ẩn tàng phát lộ của nó cho tới ngày tập thơ đến với người đọc. Không biết từ bao giờ ông cha đã sáng tạo ra "khuôn vàng thước ngọc" thể thơ lục bát, thể thơ đã góp phần sản sinh ra những kiệt tác nghệ thuật như ***"Truyện Kiều"*** của Nguyễn Du, ***"Lục Vân Tiên"*** của Nguyễn Đình Chiểu… làm say đắm lòng người.

Người viết lời bạt cho tập thơ này thực sự may mắn khi có được toàn bộ bản thảo của tập thơ ***"Dưới trời dạ ngọc"*** cũng như việc được gia đình tác giả ủy quyền biên khảo, giới thiệu, sưu tầm, ghi chép câu chuyện tình bi thương diễm lệ của những người trong cuộc, hiện đang sống trên dải đất Việt thân thương và đang sống ở một nơi cách xa nghìn trùng trong ngôi nhà trái đất. Điều gì đã làm nên một tình thơ diễm lệ, diệu huyền đến vậy? Phải chăng đó là tình yêu đích thực được chắt chiu từ niềm đam mê cái đẹp, từ hiện thực khổ đau của thân phận con người? Tất cả, tất cả đều kết tinh trong 860 câu thơ lục bát tài hoa, mềm mại tinh tế giàu xúc cảm. Mỗi câu, mỗi dòng được được chắt chiu từ những nếm trải của tình yêu, của nước mắt hạnh phúc, đắng cay, và sự trớ trêu của số phận trước những biến động thăng trầm lịch sử.

Nhìn nhận một cách khách quan ***"Dưới trời dạ ngọc"*** là tập thơ giàu giá trị văn chương từ kết cấu, nghệ thuật trần thuật, ngôn ngữ, hình tượng, cách tả cảnh, tả tình đạt đến trình độ mẫu mực. Với tập thơ này, thơ lục bát dân tộc thêm một lần nữa khẳng định được sức sống mãnh liệt và khả năng chuyển tải mọi thông điệp tinh vi của cuộc sống.

Dưới trời dạ ngọc là câu chuyện tình có thật một trăm phần trăm, một tình thi diễm tuyệt, bi thương đầy nước mắt. Câu chuyện bắt đầu từ ngày chàng thi sĩ tài hoa Đặng Kim Côn vừa mới mãn hạn tù sau đợt cải tạo dành cho những người lính Việt Nam Cộng hòa, đợi xe và gặp người con gái duyên dáng, đoan trang Bích Ngọc. Những ấn tượng về cuộc gặp gỡ này cũng chóng vánh qua đi như bao cuộc gặp gỡ bình thường khác. Nhưng điều đọng lại trong chàng thi sĩ đa tình kia là hình bóng yêu kiều, mặn mòi của nàng thơ. Dường như trong họ đã có một mối đồng cảm sâu sắc, một người vừa mất người vợ yêu thương, một người vừa chịu nỗi đau mất mẹ, đầu còn trắng khăn tang. Và điều gì đến cũng đã đến. Một tình yêu âm ỉ nhen nhóm trong lòng chàng thi sĩ lỡ làng kia, khiến cho những bước chân lãng tử lại tìm về bên người con gái trinh tuyền Bích Ngọc. Những ánh mắt đắm đuối, ngẩn ngơ, xa xăm của chàng thi sĩ đã đánh thức tâm cảm yêu thương trong người con gái, để rồi một ngày kia nàng đã trao trọn trái tim cho chàng. Vượt qua muôn trùng ngăn cách của hoàn cảnh, người thân, gia đình hai bên, họ đã lặng lẽ yêu nhau. Quãng thời gian đó thật dài, dài như dòng sông Bàn Thạch nơi từng in bóng núi Chóp Chài và là nhân chứng cho một tình yêu nhiều ngọt ngào và cũng không kém phần khổ đau cay đắng. Thời gian quen biết nhau chưa được bao lâu, tình hình biên giới phía Bắc Việt- Trung đang trong giai đoạn căng thẳng thì chàng thi sĩ lại phải vào phòng biệt giam lần thứ hai vào năm 1978. Đây là khoảng thời gian người con gái Bích Ngọc thường lui tới thăm nuôi chàng và chăm sóc hai đứa con thơ, một lên bảy, một lên năm của thi sĩ. Dẫu họ chưa từng hẹn ước nhưng với một tấm lòng nhân hậu bao la, một tình yêu thương chân thành, nàng hiểu thấu được nỗi lòng và hoàn cảnh thương tâm hiện tại của chàng mà hết lòng gắn bó sẻ chia:

Thương con không mẹ không cha
Thương chàng gồng gánh phong ba một mình
Tim xưa người vội bỏ tình
Xin cho em sống với linh hồn người

(câu 340 đến câu 344)

Điều này cả hai hiểu rất rõ những hi sinh mà người con gái Bích Ngọc nếm trải. Người thiếu nữ trắng trong ấy, là con gái duy nhất trong một gia đình gia giáo đem lòng yêu thương một người đàn ông đã có một đời vợ và hai đứa con thơ, lại đang trong vòng lao lý, giữa họ chưa có bất kì mối ràng buộc nào về hôn nhân, chưa từng chung chăn gối mà đã xem nhau như vợ chồng:

Chưa trầu rượu cũng rằng chồng
Gối chăn em nguyện xếp cùng thời gian

(câu 206 đến câu 207)

Không còn lí do gì mà chàng không thể không tin tưởng và phó thác trách nhiệm làm mẹ cho nàng chăm sóc những đứa con thơ. Thật xúc động khi đọc những dòng thơ được viết ra tâm can của chàng thi sĩ trong bốn vách tường vôi lạnh lẽo, mỗi lần nàng dẫn các con thơ đến thăm cha:

Gửi con vào đến biệt phòng
Em ngoài cổng đợi bão trong tim mòn
"Đêm đêm ai ngủ bên con
Con còn mắt ngóng ra đường ngẩn ngơ"
Nói gì với tuổi ngây thơ
Để em giữ hộ ta mùa xuân con.

(câu 355 đến câu 360)

Câu chuyện tình yêu của họ là vậy, ngọt ngào, cay đắng trong khắc khoải đợi chờ, thương mong, hi vọng. Đây là chất xúc tác, là men say cho 860 câu lục bát nuột nà uyển chuyển, mẫu mực trong tả cảnh, tả tình được thăng hoa. Và nó được viết trong một khoảng thời gian đằng đẵng hai năm. Vượt qua sự kiểm duyệt gắt gao của cán bộ quản giáo, vút bay ra khỏi phòng giam đến với nàng thơ Bích Ngọc, và được bà lưu giữ tổng cộng hơn mười hai trang bản thảo, đến nay đã ngót ba mươi ba năm. Quả là một thiên tình sử thú vị nằm ngoài sức tưởng tượng của mọi người. Mỗi lần đọc tập thơ, cầm những mẩu giấy đã vàng úa vì sự phong hóa của thời gian và nghiền ngẫm, tôi tự hỏi: Phải chăng ở họ có một tình yêu sâu nặng lắm, thì chàng thi sĩ họ Đặng mới viết ra được một trước tác đặc sắc đến vậy? Và riêng tôi, tôi thầm cảm ơn bà Bích Ngọc người phụ nữ phúc hậu đa đoan, người đã có tâm lưu giữ một cách đầy đủ, trọn vẹn bản thảo của tập thơ, trải qua không biết bao nhiêu biến động cuộc đời. Cảm ơn bà đã lưu giữ được một trước tác độc đáo, vô giá cho văn học nước nhà.

Dưới trời dạ ngọc đúng như tên gọi của nó là một tập thơ đặc sắc cả về nội dung lẫn hình thức nghệ thuật, rất đáng đọc và đáng trân trọng.

Thành phố Cam Ranh, đêm 06/03/2011
Đậu Phi Hùng
Thư pháp gia thực hiện Độc bản DTDN/ người giới thiệu tác phẩm đến Nhà xuất bản ở VN năm 2011.

Độc bản Dưới Trời Dạ Ngọc,
kích thước lớn 60cmX 80cm trên giấy giả da,
đóng bìa gỗ,
sách dày 450 trang, nặng hơn 80 kg.
do thư pháp gia Đậu Phi Hùng thực hiện
được trưng bày trong buổi ra mắt tập thơ
tại Festival Biển Nha Trang

ĐẶNG KIM CÔN... VÀI DÒNG KỂ LỂ

Không ít những lần, khi mười mấy, khi vài ba chục câu "Dưới Trời Dạ Ngọc" được viết trên những mảnh giấy báo hay bao thuốc lá nhặt được, đã phải bị nhét vội lên mái tranh ngay trên chỗ nằm của lán trại, hoặc dùng muỗng ăn cơm khoét thật lẹ đất ngay dưới chân đứng tập họp và vùi nó xuống rồi đứng dẫm lên, thậm chí có lần không kịp làm gì, đã trệu trạo nhai nuốt xuống bụng kịp ứng phó với những buổi bị đột xuất mang "đồ đoàn" tư trang lùa ra sân cho cán bộ "kiểm tra". Rất may là lán cả trăm tù nhân chỉ có năm hay sáu cán bộ mà chủ yếu là họ lục tìm và tịch thu những nhu yếu phẩm "độc hại" do đế quốc Mỹ âm mưu đầu độc dân Việt như thuốc tây, kem đánh răng, thuốc lá có cán... nên những bản nháp kia thoát ... chết!

Nhưng việc khó hơn là tác giả phải tìm đường về cho nó, tìm hiểu những những người bạn có quen biết với Bích Ngọc sẽ được người nhà lên thăm nuôi lúc nào để cho nó (khi mươi câu, khi ba bốn chục câu) được vượt thoát ra khỏi trại tù về đến tay người ấy. Phải nói người nhận chuyển (ở khối khác rất khó tiếp xúc vì tác giả nằm ở đội cách ly) rất là liều mạng vì bạn bè, rất quý tác giả nên mới nhận làm cái việc nguy hiểm, vô cùng nguy hiểm mà hậu quả không biết đâu lường! Tôi thật ân hận nghĩ lại chỉ vì để thỏa mãn lòng hiếu thắng, niềm vui nho nhỏ không biết... để làm gì mà đã vô tình hại bạn không hay, bởi những câu thơ nép mình bên những dòng tình tự, mượn một Dạ Ngọc để trách oán những khắc nghiệt của cái gọi là trại cải tạo: đói khát, bắn giết, hành hạ, lao động khổ sai, đau bệnh và ước mơ phục quốc...

Những giọt nước mắt thầm trong đêm tối, những giọt mưa xốn xang ngoài song cửa, những giọt sương úa trên hàng rào kẽm gai là chất liệu vẽ nên Dưới Trời Dạ Ngọc:

Qua sông, sông xót xa chào,
Băm từng nhát cuốc đất trào lệ đen
Đá mềm, núi ngã, đồi nghiêng
Thời gian in dấu tật nguyền xa xôi
Liêu xiêu muối gạo qua đồi
Khát khô từng chiếc lá bùi ngùi sương
Sau lưng nòng súng chờn vờn
Chậm chân, người bạn gửi hồn gió mây

Hồn ta cũng tối mịt mù
Nhìn quanh một đám bạn tù héo khô

Xếp hàng rựa cuốc dưới mưa bão bùng
Ở đây cũng có cánh đồng
Đủ cho đời ngập dưới lòng bùn sâu

Bữa cơm trưa nghẹn ngô khoai không lời

Vật vờ nửa tỉnh nửa say
Hồn mê thiếp rã trong tay bạn tù
...
Từng viên thuốc hiếm tỉnh, mê núi rừng
Lê đôi chân mỏi qua đồng
Cơn đau nhức đục dòng sông bùn lầy
Đêm rung cơn sốt ngày men luống cày

dù là tác giả vẫn biết cái trại lớn mênh mông ngoài xã hội cũng chẳng sáng sủa gì:

Ở đâu cũng kiếp khốn cùng, tối tăm

Có khi phải tội chồng tội, những cùm, những gông nhà kỷ luật đêm ngày trả lời cho ước vọng:

Dựng đời, đâu những bàn tay?
Đường xưa còn có một ngày hay không?

Ừ, chúng mày còn muốn đứng lên lật đổ chính quyền cách mạng nữa không?

... Và cũng để tự an ủi mình, chỉ là những con kiến nhỏ trong bàn tay bạo lực của chúng:

Khi ta không của ta rồi
Ở đâu cũng cuộc dạo chơi nhọc nhằn

khi mà con người đang sống để yêu thương nhau bỗng phải thù hằn bắn giết để dựng nên cái thiên đường ảo xã hội chủ nghĩa…

Ai xây ảo vọng thiên đường
Để nhân thế lấy yêu thương làm thù
…

Dưới Trời Dạ Ngọc có thể, theo dự tính, sẽ còn dài hơn nếu không bất ngờ tác giả nhận giấy ra trại năm 1979. Vậy là trong mấy ngày chờ được thật sự bước ra khỏi cổng trại, tác giả vì không thể ghi ra giấy được nữa, đã lẩm nhẩm trong lòng cho khỏi quên đoạn kết thúc của người tù trong bài thơ đó:

Mai em về núi đầy hoa
Khói hương vời vợi trời xa đất gần…

để xóa sạch vết sẹo của những ngày tháng nhục nhã, đau đớn, phẫn uất trong đời. Và đến nỗi, nếu không được Bích Ngọc nâng niu sắp xếp chép lại, gìn giữ thì tác giả không buồn nhớ tới, đôi khi nghĩ, bài thơ đó để làm gì trong cái mỗi bước ngoài trại lớn luôn có những cặp mắt láo liêng chìm nổi canh chừng, không biết lại chui vô trại nhỏ khi nào.

May sao, tác giả được nhận đi Mỹ, mà không thể đem theo Bích Ngọc!

Bích Ngọc và tôi đã sang một trang thơ khác sau ba năm chung sống và có cùng nhau hai đứa con. Dưới Trời Dạ Ngọc cũng long đong theo số phận của cuộc tình. Được sống trên vùng trời tự do, chữ nghĩa lại có cơ hội theo về, tôi thấy tiếc những giọt máu luân lạc của một thời khổ sai, vậy là tôi liên lạc Bích Ngọc để xin lại, nhưng van nài năn nỉ cách nào thì người xưa cũng dứt khoát từ chối, có lúc thì nói đó là tài sản của riêng em, nhưng nhiều lúc là bảo nó đã chết, em đốt rồi!

Đã thế thì thôi, cũng đành! Hy vọng cuối cùng, tôi nhờ đứa con gái, con lén mẹ lục thử mẹ cất ở đâu, cũng chỉ là vô vọng!

Cho đến một ngày, bất ngờ Nhà văn Nguyễn Lệ Uyên, người bạn khá thân với tôi e-mail báo tôi Dưới Trời Dạ Ngọc được Bích Ngọc cho ra đời nhân festival Biển gì đó "mày in lại bên đó cho nó đàng hoàng, bên này để được in, nhà xuất bản chúng nó sửa tan nát hết"

Vậy là châu về Hợp Phố, có được bản thảo tôi lần lượt sửa lại những chữ nghĩa rướm máu đúng của hơn 30 năm trước…

ĐẶNG KIM CÔN
San Jose 2011

Còn Nguyên

Ly café nguội ngắc
Giữa mùa thu cong queo
Buổi sáng không dừng bên chỗ anh ngồi
Nắng vội vàng bay qua một ngày hắt hiu

Ngay lúc đó em đã biết
Có một hôm nay
Tìm trong trống không của đêm vô tận
Những mảnh buồn vỡ tan nhưng cứ còn nguyên đó
Nỗi buồn
Lóng lánh pha lê

Còn nguyên
Một ly trà nguội
Một mùa thu quên vàng
Và nỗi buồn vương vãi pha lê.

Tuy Hòa Phú Yên Tháng 1-1984

CHÊNH VÊNH

Như câu thơ lở dở
Lỡ làng bên bờ sông
Còn thơm hơi thở tím
Môi lục bình trỗ bông

Như bài thơ viết nháp
Ngổn ngang bên đầu cầu
Vẫn rộn ràng tiếng bước
Để buồn đi về đâu?

Đêm và trăng vẽ bóng
Hương cau nhẹ xuống đời
Em và đêm vờn mộng
Thả vần thơ chơi vơi

San Jose, Cali 23-9-1979

Biển Giữa Lòng Nhau

Thì thôi để có được gì
Một người ở một người đi, đôi bờ
Con đường đi ngẩn về ngơ
Còn chăng đêm trở trăn chờ chiêm bao
Trời nghiêng khói sóng xanh xao
Còn chăng biển giữa lòng nhau ngậm ngùi.

Tuy Hòa, Phú Yên Tháng 8-1994

TRĂNG BONSAI

Đêm đêm ngồi lặng lẽ
Bên những hòn giả sơn
Bên gốc đa vạn cổ
Nghe đời trôi vô thường.

CÓ MỘT VẦNG TRĂNG

Thổn thức vườn khuya khe khẽ bước
Ngày mai Chú Cuội xa vầng trăng
Bỏ lại cây đa trơ trọi gốc
Không nói buồn sao mây thấp giăng?

Tuy Hòa, Phú Yên Tháng 9-1994

Chén Rượu Cho Tuy Hòa

(Để ai kịp về giữa đêm tiễn biệt
Để đêm dài hơn hai mốt nhịp cầu)

Tưới thêm cốc nữa lên chân tháp
Mời những trăm năm mấy cuộc cờ
Chếnh choáng dòng sông lung linh dáng núi
Kim cổ ngậm ngùi đêm tiễn đưa.

Kim cổ ta người chung thế cuộc
Lưng ngựa buông gươm quy giữa đời
Núi Nhạn không còn nghe nhạn hót
Đà Rằng một bóng cầu chơi vơi.

Uống nữa đi người xe pháo mã
Những mấy trăm năm mấy cuộc say
Đá Bia phủ mây, Chóp Chài đội mũ
Để vài giọt mưa trên mắt ai cay.

Để ai kịp về giữa đêm tiễn biệt
Để đêm dài hơn hai mốt nhịp cầu
Nghe những vầng trăng hẹn tròn hẹn khuyết
Giữa những cuộc đời nay bể mai dâu.

Để tháp sáng hơn vầng trăng mười sáu
Soi ai ngồi như Chú Cuội say
Nhìn sông Ba chỗ bồi chỗ lở
Chén hợp ly lúc cạn lúc đầy.

Giọt lệ, giọt mưa, giọt trăng, giọt rượu
Cạn chén binh đao chưa thấy thanh bình
Chiêm nữ thôi không lên đồi hái nguyệt
Lạc tiếng ru Hời bên tháp rêu xanh.

Mời núi, mời sông, mời trăng, mời phố
Đừng để rượu đầy trong đêm vơi
Nâng cốc cho vầng trăng sóng sánh
Cho bầu lăn vô định bốn phương trời.

Ta bỏ Tuy Hòa đi mấy thuở
Bạn bè mấy thuở nghiêng bầu say
Có giọt rượu nào vương trên mắt tháp
Để buồn không vẫy nổi bàn tay.

Tưởng chân Nam bước về chân Bắc
Nghe cả trời sao nổ dưới chân mình
Ta sẽ dìu trăng, mang hoa xuống phố
Tặng những con đường chưa thấy bình minh.

Bầu cạn bầu lăn, đời ta cũng cạn
Nghe đá rêu phong dưới gót chân mình
Nghe những đêm đen chập chùng vây bủa
Một con tim đứng lặng đầu non.

Sẽ không còn hạ giông, đông bấc
Động dài Tháng Giêng, động tố Tháng Hai
Những đợt nam non, những cơn nồm rộ
Vần vũ trên đầu hôm nay ngày mai.

Thôi đâu tiếng biển nồng hương lúa
Như thì thầm kể chuyện biển dâu
Dỗ những cuộc đời lau nước mắt
Bên bờ xa nghe sóng bạc đầu.

Để lại Chóp Chài ngoan giấc ngủ
Nói buồn, chưa đủ Đà Rằng ơi
Không đưa được Tuy Hòa theo với
Từng bước ta như hụt hẫng đời.

Ta chợt giật mình như tỉnh mộng
Dập dềnh mấy cụm lục bình trôi
Ngày mai ta ở đâu trời lạ
Hun hút chân mây một mảnh đời.

Ta bỏ nguồn đi mặc đời trôi giạt
Tiếng thở dài đâu bỗng lạnh Tuy Hòa
Em đừng hỏi sẽ lở bồi ghềnh thác
Giòng sông còn bận bịu với phong ba.

Thôi cứ ngủ yên biển trời sông núi
Để một đôi say, một tháp mơ màng
Một trăng lửng thửng xa thành phố
Một dòng sông cạn nước, lang thang.

Bước thấp bước cao, dốc cao dốc thấp
Đôi chân say khe khẽ xuống trần
Giữa phố xá Tuy Hòa mộng mị
Có dòng sông qua cầu bâng khuâng.

Có chân tháp mỏi mòn trông đỉnh tháp
Tháp nhớ người đi, ta nhớ Tuy Hòa
Cho ta gượng một bàn tay vẫy
Chào Tuy Hòa và tiễn đưa ta.

Saigon 27-9-1994

Chập Chờn Gối Mê
(nhạc: Gối Mê, Vĩnh Điện phổ)

Xanh xao từng giọt lệ
Lăn xuống môi cay nồng
Buồn đâu mà lặng lẽ
Đong đầy đôi mắt trong.

Một mặt trời tím ngắt
Lặn xuống đời buồn thiu
Người về không ngước mặt
Nhìn bóng mình đìu hiu.

Người đi không nhấc bước
Ngày mai không thấy đâu
Nghe não nề tiếng quốc
Lạc loài rơi đêm sâu.

Cột đèn co ro lạnh
Soi bóng mình, bóng ai
Trời vỡ òa trong mắt
Nửa vầng trăng lạc loài.

Mai nửa vòng trái đất
Mây bay chẳng hẹn về
Đêm bồi hồi tiếng bước
Khua chập chờn gối mê.

Saigon 25-9-1994

GỐI MÊ

Thơ : *Đặng Kim Côn*
Nhạc : *Vĩnh Điện*

Chân Cầu Nước Xuôi

Cầu nối đôi bờ lại
Không níu dòng sông đâu
Đôi bờ mong nhớ rộng
Sông vẫn đi mịt mù.

Vẫn đôi bờ cỏ dại
Vẫn chân cầu rêu xanh
Để đưa từng con nước
Ngày ngày trôi vô tình.

Dòng sông đâu có biết
Chân cầu nhớ nước xuôi
Đôi bờ xa nào biết
Nước đau từng dòng trôi.

Nước trôi, trôi ngậm ngùi.

San Jose, Cali. 27-9-1995

Mưa Ở Đâu Về

Mưa ở đâu về mưa hối hả
Để đời thêm vội bước lưu vong
Hai năm ta sống bên trời lạ
Lạ nói, lạ nghe, lạ tấm lòng.

Mưa vẫn vô tình không hẹn dứt
Ngã tư đèn đỏ lạnh quên xanh
Trông bong bóng nước trên đường vỡ
Những thoáng đời không, có mong manh.

Mưa sao xối xả trong tim động
Thấp thoáng quê nhà hoa lá bay
Chiều nay mưa có về bên ấy
Sao cuối đường ta rưng rức mây.

San Jose, Calif. Tháng 1-1997

Bốn Mùa Của Em

Em sẽ thấy xôn xao cánh én
Chở trả về em những sợi nắng hồng
Để ươm mùa xuân trên từng lộc mới
Nghe mai đào tíu tít đơm bông.

Ta du diều hoa dặt dìu tiếng sáo
Tiếng ai cười ngọt cả trời không
Anh sẽ mang về em cách phượng
Trải Tháng Tư xưa đón hạ hồng.

Hãy thắp lên trăng muôn ngọn nến
Treo khắp hồn những lồng đèn hoa
Mừng tái ngộ một vầng trăng lạc
Sinh nhật thu và sinh nhật ta.

Giọt hạnh phúc rơi trên cánh tay
Em cứ khóc cho lòng nguôi khuây
Giọt mưa, giọt lệ mùa đông cũ
Không làm em buồn nữa, đêm này.

San Jose, Calif. Cuối năm 1998

Thôi Thà Mây Trôi

Đêm nghe tiếng suối xưa reo
Đá bao nhiêu cuội còn đìu hiu lăn
Ngổn ngang cát sỏi băn khoăn
Suối soi nước, nước soi ngàn năm nhau.
Từ ta để suối chiêm bao
Trăm thương cũng đã lỡ đào nguyên xa
Chỗ nằm đá ngại đơm hoa
Mây trôi không hẹn thôi thà mây trôi
Thôi thà như suối về xuôi
Hôm qua không đã qua rồi? Suối tuôn.
Bao nhiêu lăn đá cũng buồn
Rong rêu thôi lững lờ con cá vàng.

San Jose, Calif. 3-6-2001

Chén Đắng
Bên Hàng Rào Thập Tự

Giữa đêm này Chúa xuống hồn anh
Một phía trời buồn xanh bóng tối
Thèm được quì bên tòa xưng tội
Hai mươi năm, một lời ăn năn.

Giữa đêm này nhớ quá đêm xưa
Em bước lặng giữa trời giông tố
Những xót, những thương, những buồn, những nhớ
Không đủ mong một thoáng tình cờ.

Anh không về giáo đường dâng lễ
Em rào quanh tim những thập tự buồn
Vẫn đêm đêm quì bên chén đắng
Lạy Cha, nếu được, cất dùm con.

Giữa đêm này Chúa xuống trần gian
Giữa những trái tim mất dấu địa đàng
Hãy thắp sáng hồn nhau ngọn nến
Phía trời anh bóng tối mênh mang.

Còn ấm từng mùa đông thương nhớ
Bên hang cừu đón đợi nửa đêm vui
Lời cầu nguyện còn nằm trong tay Chúa
Nên đêm này hai đứa vẫn hai nơi.

Nửa đêm đến để ngày mai đến
Dẫu buồn vui nước mắt cũng êm đềm
Sao em khóc giữa niềm hy vọng
Đã tới chưa em giờ nửa đêm?

San Jose, Calif. Giáng Sinh 24-12-2002

Mưa Phi Trường

Không ngoảnh lại vẫn biết em đang trách
Trời không mưa mà sao ướt áo ai
Em sẽ về với đêm dài thổn thức
Đêm nay rồi người ơi, đêm mai!

Sao giọt nắng trên phi trường bỗng mặn
Đông vẫy tay theo tiếng bước xa dần,
Đường bay cao cuốn đời về phía trước
Hôm nay rồi có hứa một mùa xuân?

Không phải đi để nữa trở về sao
Như lá vàng rơi chờ hoa vàng nở
Nín đi em, xuân vẫn chờ bên cửa
Ngày mang mang ươn ướt hẹn môi chào

Cao, cao dần mà lòng chừng thấp xuống
Để càng xa càng quay quắt hôm qua
Về để thương yêu và đi để nhớ
Bên lưng trời nghe tiếng bước về xa?

Đường diệu vợi và mắt em vời vợi
Nín đi em cho mưa quên mùa đông
Để nhớ có ngày mai nào đó
Hai mảnh trời trộn ấm nỗi chờ mong.

San Jose, Calif. 27-11-2002

Ngoại Giáo

Mai người ngoại giáo lang thang
Biết đâu địa ngục, thiên đàng mà đi

San Jose, Calif. 25-2-2004

Ngủ Nhé Ngàn Trùng

Ôm nhau ngủ nhé, ngàn trùng
Đất trời cứ lạnh cho hồng giấc mơ
Quắt quay mấy ngón tay thừa
Bâng khuâng một đóa môi chờ đợi môi.

Ru nhau ngủ nhé ngậm ngùi
Đèn ngơ ngác bóng vừa khơi ngọn sầu.
Mộng nào chờ gối tay nhau
Gối chăn nào hẹn kiếp sau mộng tìm

Ngủ đi, ngủ nhé trái tim
Ngẩn ngơ mấy giọt máu quên đường về

San Jose, Calif. 3-4-2008

Bất Giác Nửa Đêm

Nửa Trời

Có chết, nửa trời kia cứ mộng
Mộng long lanh những giọt sương đêm
Trăng vẫn đẹp một nửa trời không bóng
Giọt sương thầm trên mắt ứa không tên

Bóng Tối Xa Xôi

Không, không chết, chỉ một cơn buồn ngất,
Gượng dậy hai tay vuốt ngực, ngồi.
Có hay không bàn tay nào vuốt mắt
Cũng chờ hoài trong bóng tối xa xôi

San Jose, Calif. 19-5-2008

MÊNH MÔNG LỤC BÁT

Loanh quanh lục bát một mình
Trần gian chút nợ còn xanh lối vào
Ai trong lục bát nghêu ngao
Ai lơ ngơ để chiêm bao lạc đường
Lục từng sợi rối vui buồn
Ngổn ngang mình bát còn vương tơ lòng
Giữa rừng lục bát mênh mông
Ta tìm đâu một cuối cùng hẹn nhau.

San Jose, Calif. 10-12-2008

Bởi Không Thể Yêu Nhau

(nhạc: Bởi Không Thể Yêu Nhau", Trần Quang Lộc phổ)

Bởi không thể yêu nhau
Nên chút tình là thật
Để từng giòng nước mắt
Còn hẹn về mai sau

Bởi không thể yêu nhau
Nên đi hoài trong mộng
Bên đời nhau là bóng
Không ngại về nơi đâu

Một kiếp nào viễn mộng
Một cuối đường thiên thu
Những hẹn hò, hờn trách
Như khói chiều tan mau

Đầu non kia, tượng đá
Mắt vẫn còn xa xăm
Mặc rong rêu đông giá
Trái tim hoài bâng khuâng

Anh thấy em lặng lẽ
Thả mây trần gian bay
Em thấy anh gỗ mục
Xuôi theo giòng đời quay

Bởi không thể yêu nhau
Nên biết tình là thật
Mãi không còn, không mất
Giữa sóng đời lao xao.

San Jose, Calif. 29-1-2009

BỞI KHÔNG THỂ YÊU NHAU

Thơ : Đặng Kim Côn
Nhạc : Trần Quang Lộc

Blue Jazz

GIỮA TRỜI THAO THỨC XUÂN

Người chớm tân xuân, ta tất niên
Bên kia xao xuyến những hoa đèn
Bên nay đêm lạnh như lòng vắng
Còn chút nhớ người, không, cũng quên

Người ở đâu xuân, ta cuối đông
Chén xuân chưa uống đã nao lòng
Cố quận còn nâng hoài chén đắng
Say tỉnh giữa trời thao thức xuân

Tiếng pháo còn xôn xao bóng xưa,
Quan san chưa nguội bếp giao thừa
Giữ nhau đốm lửa trong lòng ấm
Mai vẫn hẹn vàng một giấc mơ.

San Jose, Calif. 13-2-2009

Biến Mất

Biến mất nhé, thiên đàng hay địa ngục
Đừng hỏi giọt sương theo nắng về đâu
Nếu ngày mai mặt trời lại mọc
Thì đêm đêm nắng ngủ phía sương mù

Ánh sáng nhốt trong lòng tay úp
Vẫn tung tăng khi em phủi đôi tay
Khi ngã xuống trên mặt đời ngửa sấp
Xoay đồng xu, trời đất cứ cuồng quay.

Hồn ta trộn hồn em, hóa mộng
Mộng cứ say và nắng cứ tan sương
Nên biến mất, còn nửa hồn lạc lõng
Ngù ngờ quay không biết của ai còn

Thì biến mất, như con đường cát gió
Dẫu phẳng phiu, ừ đã dấu chân ta.
Những thực mộng khóc cười ở đó
Mất hay còn thì cũng đã từng qua.

Vâng, biến mất, hư không hay bóng tối
Không thấy nhau bóng tối cũng hư không
Mỗi thinh lặng đã chập chùng tiếng nói
Giữa cuộc vui đôi lúc xốn xang lòng

San Jose, Calif. 31-1-2009

Nỗi Đau Địa Đàng

Ngẩn ngơ, bối rối đất trời
Giữa hai cây táo võng đời đong đưa
Thương ta một vòng kim cô
Tổ tông tội nghiệt vàng mơ trên đầu
Vàng mơ. Không trước thì sau,
Trách chi con rắn làm đau địa đàng
Đã đành là tội phải mang
Nên chăng một quả táo vàng nhởn nhơ?
Lửng la lửng lẳng kim cô
Ngàn năm quỳ dưới mơ hồ tội ai.

San Jose, Calif. 22-2-2009

Ốc Mượn Hồn

(nhạc "Ốc Mượn Hồn", Trần Quang Lộc phổ)

Biển ạ, bên kia bờ có sóng?
Mang hộ về em một trái tim
Bên nay bờ, dã tràng xe cát
Ngàn năm con ốc mượn hồn em.

Này biển, ngàn năm là vỏ ốc
Đã chứa bao nhiêu những hẹn thề
Mơ một đêm thấy hồn rêu mọc
Đành sóng cuốn đi lại đẩy về

Xe cát, là vui hay lầm lỗi,
Dã tràng ơi, đọa đến bao giờ?
Nếu mơ ước cũng thành có tội
Em xin hóa đá đến tàn mơ.

Ngàn khơi xa, dịu êm, chìm nổi?
Sao lặng thinh khói sóng mịt mờ
Nếu thương nhớ cũng là có tội
Em nương theo sóng tìm ngày xưa.

Hỡi biển, biển còn bao nhiêu sóng
Cuốn hộ em nỗi nhớ sang bờ
Con dã tràng bên bờ quên bóng
Bỗng thấy mình mượn hồn, bơ vơ.

San Jose, Calif. 27-4-2010

ỐC MƯỢN HỒN

Thơ : Đặng Kim Côn
Nhạc : Trần Quang Lộc

Phong cách ca trù (Dân ca đương đại)

Long Lanh Tình Xa

Nếu chỉ về để sẽ lại đi xa
Thì đừng về để còn chút mộng
Chiều cuối Chạp xôn xao màu hy vọng
Tết là bắt đầu rơi những cánh hoa

Nên thà những nụ Xuân hàm tiếu
Nụ chờ mai, hoa cứ mãi còn tươi
Những đêm trắng buồn hơn giọt lệ
Trong đợi chờ đã e ấp niềm vui

Là có nhau trong từng hơi thở
Là tầm tay như chạm bước anh về
Để còn mất ngàn năm là vô nghĩa
Chưa bên nhau đã nghĩ tới lần đi.

Nỗi đợi chờ nằm im như bờ sông
Con nước xói, mặc bờ em bồi lở
Nói vui, là, giọt lệ thầm lặng ứa
Hiểu thương yêu chỉ là đợi mong

Bởi anh về, cũng chỉ là ai đó
Cũng chỉ là tiếng bước giữa chiêm bao
Lời hứa của ngàn muôn kiếp trước
Lại hẹn nhau một kiếp mai nào

Thôi cứ như ngày mai đang bước
Thì cứ như, vâng, cứ như là…
Giọt lệ mặn đôi khi cũng ngọt
Dấu chân chim long lanh tình xa

San Jose, Calif. 1-5-2010

Nhìn Nghiêng

Nhìn nghiêng, là không thấy
Nửa mặt người bên kia
Lập lờ trong bóng tối
Chút mặt trời về khuya.

Dưới mặt trời đen ấy
Đã bao nhiêu dập vùi
Em đừng quay mặt lại
Phấn son nào không tươi.

Vâng, cũng là son phấn
Cả hai bên mặt đời
Cứ bước hoài trong mộng
Nhìn nghiêng mà đi thôi.

Em đừng quay mặt lại
Đụng mặt trời bên nay
Có khi nào em thấy
Giọt thầm nghiêng mắt ai.

Naples, Florida 13-11-2010

Giấc Mơ Rụng Cánh

Kiếp không hóa, kiếp sau nào hẹn,
Con đường nào lạc một chiều trôi?
Thiên đàng, và lần chia tay ấy
Có còn trong mộng bướm hoa đời?

Khi bước theo em vào mộng mị
Là biết cuồng điên đá sỏi đau
Là ta cũng biết mai bừng tỉnh
Lơ láo nhìn nhau cõi thực, sầu.

Nên hóa kiếp, tìm lời hứa cũ,
Để có nhau, không để chờ nhau.
Không chỉ mộng, mà ra ngoài mộng
Nhớ lại xưa nào mình ở đâu

Thấy giấc mơ bay vừa rụng cánh
Trả xưa nào đó lại hôm nay
Cơn mưa lạ giữa bờ thu hạ
Run run bàn tay trong bàn tay.

Nên hóa kiếp để thôi tìm kiếm
Chân ta ấm xuống dấu chân mình
Có con đường mới mà không lạ
Bóng trộn vào nhau một tái sinh.

Naples, Florida 12-11-2011

LẠ

Có khi gì chẳng ra gì
Phân thân trăm ngả về, đi lạc loài
Có khi chẳng biết chờ ai
Ngàn năm hun hút rơi ngoài hư không
Ta gom ta lại lạ lùng
Sao như có mảnh dường không phải mình

Naples, Florida 15-5-2011

Mà Nhớ Gì Không Biết Nhớ Gì

(nhạc: "Chiều Sẽ Về Đâu", Vũ Vĩnh Phúc phổ)

Biến mất khỏi đời nhau thôi nhé!
Trái đất tròn vốn có thật tròn đâu
Khi hai nỗi buồn quay về hai phía
Chút bâng khuâng chợt lắng giữa hồn nhau

Không quay lại cũng không nhìn theo
Hai đôi mắt đã không còn trời đất
Không đã được và cũng không sẽ mất
Lững lờ nhau trong tiếng bước đìu hiu!

Lối đã chẳng còn về chung nữa
Tiếng bước từ mấy thuở lạ bàn chân
Lạnh chiếc bóng về đâu bao thương nhớ
Bóng lung linh đường mai chẳng hẹn gần

Để tê buốt cả chiều Chủ nhật
Đâu đó buồn, nơi này cũng buồn lây
Lòng đã tịnh hay lòng đang nổi sóng?
Mà nhớ gì không biết nhớ gì đây!

Biến mất khỏi đời nhau để nhớ,
Mai mốt về đâu hai nỗi buồn ơi!
Hai nỗi buồn đẩy nhau về một phía
Sẽ là vui hay sẽ buồn gấp đôi?

San Jose, Calif. 4-7-2011

Chiều sẽ về đâu?

Thơ : Đặng Kim Côn
Nhạc : Vũ Vĩnh Phúc

gần. Để tê buốt cả chiều Chúa nhật.
Đâu đó buồn ta cũng buồn lây. Lòng dã
tịnh hay lòng đang nổi sóng? Mà nhớ gì không
biết nhớ gì đây? Biến mất khỏi dời nhau để nhớ...!
Mai mốt về đâu hai nổi buồn ơi!
Hai cực buồn đẩy nhau về một phía,
Tưởng như từng ánh mắt vọng xa xôi./.

THU MƯA

Thu se lòng trong gió
Sợi mưa chùng mong manh
Mưa nửa trời mắt đỏ
Nửa trời bâng khuâng anh.

Cành thu xa, mưa khẽ
Chơi vơi hắt bóng mình
Mưa kéo trời xa mãi
Dấu yêu về lung linh.

Mưa đi, thu khắc khoải
Nhuốm vàng từng bước em
Em và thu ở lại
Bên nay bờ mông mênh

Tuy Hoà, Phú Yên 24-9-2013

Những dòng chữ nghiêng là những bài đã in trong các thi tập đã xuất bản trước đây:

- **Dưới Trời Dạ Ngọc** (Thư Ấn Quán XB).
- **Để Trăng Khuya Kịp Rót Đầy Sớm Mai** (Thư Ấn Quán XB).
- **Là Những Sớm Tinh Mơ** (Tiếng Quê Hương XB).
- **Nhạc Mưa** (Nhân Ảnh XB).

MỤC LỤC

Nhân Ảnh
2026

Liên lạc tác giả

dangkimcon@ymail.com

Liên lạc Nhà xuất bản

han.le3359@gmail.com

(408) 722-5626

www.ingramcontent.com/pod-product-compliance
Lightning Source LLC
LaVergne TN
LVHW051103051026
849532LV00004BB/1412
* 9 7 9 8 2 9 5 6 3 4 4 0 6 *